விடியலைத் தேடிய விமானம்

விடியலைத் தேடிய விமானம்

எஸ்.ஆர். கிருஷ்ணமூர்த்தி (பி. 1942)
மொழிபெயர்ப்பாளர்

புதுவைப் பல்கலைக்கழக முன்னாள் ஃபிரெஞ்சுத் துறைத் தலைவர், வாழ்வியல் புலத் தலைவர், பல்கலைக்கழக மானியக்குழுவின் தகைசால் அறிஞர். ஃபிரெஞ்சு அரசின் ஷெவாலியே, ஒஃபீசியே, கொமாந்தர் ஆகிய விருதுகளையும் ரொமேன் ரொலான் விருதையும் பெற்றவர். ஃபிரெஞ்சு, ஆங்கிலம், தமிழ் ஆகிய மொழிகளில் பல மொழிபெயர்ப்புகள் செய்திருக்கிறார்.

ஆந்த்துவான் த சேந்தெக்ஸுபெரி

விடியலைத் தேடிய விமானம்

பிரெஞ்சிலிருந்து தமிழில்
எஸ்.ஆர். கிருஷ்ணமூர்த்தி

காலச்சுவடு பதிப்பகம்

● **அன்பார்ந்த வாசகருக்கு,**

வணக்கம்.

காலச்சுவடு நூலை வாங்கியமைக்கு நன்றி.

நூலின் உள்ளடக்கம், உருவாக்கம், அட்டைப்படம் இன்ன பிற அம்சங்கள் பற்றிய உங்கள் கருத்துகளையும் ஆலோசனைகளையும் காலச்சுவடு வரவேற்கிறது. தகவல், எழுத்து, வாக்கியப் பிழைகள் தென்பட்டால் கட்டாயம் தெரிவித்து உதவுங்கள். நூல் தயாரிப்பில் கடும் குறைபாடு இருப்பின் மாற்றுப் பிரதி உங்களுக்குக் கிடைக்கக் காலச்சுவடு ஏற்பாடு செய்யும்.

மின்னஞ்சல்: **publisher@kalachuvadu.com**

காலச்சுவடு நாகர்கோவில் தலைமையகத்துக்கும் கடிதம் அனுப்பலாம்.

தங்கள்
எஸ்.ஆர். சுந்தரம் (கண்ணன்)
பதிப்பாளர் — நிர்வாக இயக்குநர்

PAP TAGORE
www.bibliofrance.in

VOL DE NUIT by Antoine de Saint-Exupéry

The Work is published with the support of the Publication Assistance Programmes of the Institut Français

விடியலைத் தேடிய விமானம் ❖ நாவல் ❖ ஆசிரியர்: ஆந்த்துவான் த சேந்தெக்ஸுபெரி ❖ பிரெஞ்சிலிருந்து தமிழில்: எஸ்.ஆர். கிருஷ்ணமூர்த்தி ❖ முதல் பதிப்பு: அக்டோபர் 2021 ❖ வெளியீடு: காலச்சுவடு பப்ளிகேஷன்ஸ் (பி) லிட்., 669, கே.பி. சாலை, நாகர்கோவில் 629001 ❖ கோட்டோவியங்கள்: றஷ்மி, லண்டன்

காலச்சுவடு பதிப்பக வெளியீடு: 1007

viTiyalait teeTiya vimaanam ❖ Novel ❖ Author: Antoine de Saint-Exupéry ❖ Translated from French by S.R. Kichenamourty ❖ Language: Tamil ❖ First Edition: October 2021 ❖ Size: Royal ❖ Paper: 18.6 kg maplitho ❖ Pages: 104

Published by Kalachuvadu Publications Pvt.Ltd., 669, K.P. Road, Nagercoil 629001, India ❖ Phone: 91-4652-278525 ❖ e-mail: publications@kalachuvadu.com ❖ Printed at Mani Offset, Chennai 600077

ISBN: 978-93-91093-29-7

10/2021/S.No.1007, kcp 3229, 18.6 (1) 9ss

மொழிபெயர்ப்பாளரின் குறிப்பு

இந்நாவலில் பேசப்படும் விமானங்கள் இன்றைய காலகட்டத்தில் சகல தொழில்நுட்ப வசதிகளோடு இயக்கப்படும் விமானங்களல்ல. அவை விமான சேவையின் தொடக்க காலத்தைச் சேர்ந்தவையாகும். பெரும்பாலும் தபால் சேவைக்காகவே அவை இயக்கப்பட்டன. தொடக்கத்தில் அவ்விமானங்களை இரவு நேரத்தில் இயக்கத் தடை விதிக்கப்பட்டிருந்தது. பின்னர் அவற்றைச் சில நிபந்தனைகளுடன் இயக்க அனுமதி கிடைத்தது. அத்தகைய சூழ்நிலையில்தான் இந்நாவலின் கதை நிகழ்கின்றது.

1947ஆம் ஆண்டு இலக்கியத்துக்கான நோபல் பரிசு பெற்ற ஆந்திரே ழீத் (André Gide) அவர்களின்

முன்னுரை

அக்காலகட்டத்தில், விமான சேவை நிறுவனங்களுக்கு, மற்ற போக்குவரத்துச் சாதனங்களின் வேகத்தை முறியடிப்பதில் சிரமம் இருந்தது. அதைத்தான், அதுபோன்ற நிறுவனமொன்றின் ஒப்பற்ற இயக்குநரான ரிவியேர் விளக்குகிறார்: “அது எங்களுக்கு வாழ்வா, சாவா எனும் பிரச்சினை. பகல் வேளையில் இரயில்கள், கப்பல்கள் ஆகியவற்றை எங்கள் விமானங்களின் வேகத்தால் வென்றுவிடுகிறோம். ஆனால், இரவு நேரத்தில் விமானப் போக்குவரத்துத் தடைபடுவதால், அவை எங்களை வென்றுவிடுகின்றன.” இரவில் விமானசேவை மேற்கொள்வது முதலில் கடுமையான விமர்சனங்களுக்குள்ளாகி, பின்னர்தான் அங்கீகரிக்கப்பட்டது. முதற்கட்ட சோதனைகளுக்குப் பிறகு அது நடைமுறைக்கு வந்துவிட்டாலும், கதை நிகழும் காலகட்டத்தில் அது ஆபத்து நிறைந்ததாகவே கருதப்பட்டது. வான் வழித்தடங்களில் எதிர்பாராத சம்பவங்கள் நடக்கக்கூடும். மேலும், இரவு ஒரு மர்மதேசம்! அதுவும் பழிவாங்கக் கூடியது. ஆயினும், ஒரு செய்தியை நான் இப்போதே சொல்லியாக வேண்டும். எதிர்கொள்ளும் ஆபத்துகள் எவ்வளவாயினும், அவை நாளுக்கு நாள் குறைந்துகொண்டுதான் இருந்தன. ஒவ்வொரு வான் பயணமும் அடுத்துவரும் பயணத்தைச் சுலபமாக்கி, முன்னேற்றத்திற்கு வழிவகுத்தது. ஆனால், முன்பின் தெரியாத பிரதேசமொன்றை ஆய்வு செய்யும்போது சாகசங்கள் நிறைந்த ஒரு காலகட்டம் வரும். அதேபோல் விமானப் பயண வரலாற்றிலும் வந்தது. அத்தகைய காலகட்டத்தில் பணியாற்றிய விமானப் பயண முன்னோடிகளில் ஒருவரின் சோக நாடகத்தைக் காட்சிப்படுத்தும் இந்நாவல் வீரகாவியம் ஒன்றின் பரிமாணத்தைப் பெறுகிறது.

சேந்தெக்ஸுபெரியின் முந்தைய நாவலை எனக்குப் பிடிக்கும். அதைவிட இந்த நாவல் இன்னும் அதிகமாகவே பிடித்திருக்கிறது. 'தெற்கத்திய மெயில்' ('Courrier Sud') எனும் முந்தைய நாவலில் ஒரு விமானியின் நினைவுகள் துல்லியமாகப் பதிவு செய்யப்பட்டிருக்கின்றன. அத்துடன் அவன் காதல் கதையும் இணைந்திருப்பதால் நம்முடனான அவனது தொடர்பு நெருக்கமான ஒன்றாகிறது. அதில் வெளிப்படும் பாசப்பிணைப்பு, அவனை ஓர் அன்றாட மனிதனாக - ஒரு பாதுகாப்பற்ற மனிதனாகப் பார்க்க வைக்கிறது. 'விடியலைத் தேடிய விமானம்' ('Vol de nuit') எனும் இந்நாவலின் கதாநாயகன் மனித உணர்வுகளுக்கு அப்பாற்பட்டவனல்லன், இருப்பினும், அவன் மீமனிதனாகச் சித்திரிக்கப்படுகின்றான். இந்த விறுவிறுப்பான கதையில் எனக்குப் பிடித்ததென்னவோ அவனுடைய உயர் நோக்கம்தான் என்று நம்புகிறேன். இன்றைய இலக்கியங்கள் மனிதனுடைய தளர்ச்சிகள், கையறவுநிலைகள், தோல்விகள் ஆகியவற்றையெல்லாம் அதீதத் திறமையுடன்தான் வெளிப்படுத்துகின்றன. ஆயினும், மனவலிமையினால் தன்னையே தான் மிஞ்சும் தன்மையை எடுத்துக்காட்டும் இலக்கியம்தான் இன்று நமக்குத் தேவைப்படுகின்றது.

விமானியைவிட நம்மை அதிகம் கவர்கின்றவர், அவனுடைய மேலதிகாரி ரிவியேர் என்பவர்தான். அவர் இயங்கவில்லை. ஆனால் மற்றவர்களை இயங்கவைக்கிறார். அவரிடம் பணியாற்றும் விமானிகளிடம் நற்பண்பை விதைக்கிறார். அவர்களிடம் உச்சகட்ட செயல்திறனை எதிர்பார்க்கிறார். அவர்களிடம் துணிவைத் தூண்டுகிறார். அவருடைய தீர்க்கமான முடிவுகளில் தொய்வுக்கு இடமில்லை. தவறு சிறியதாக இருப்பினும் தண்டனை நிச்சயம். சாதாரணமாகப் பார்த்தால், அவருடைய கண்டிப்பானது, மனித நேயமற்றதாகவும் எல்லை மீறியதாகவும் தோன்றும். ஆனால், உண்மையில் அவர் தன்னிடம் பயிற்சி பெறும் மனிதனைத் தண்டிக்கவில்லை. அவனுடைய பலவீனத்தைத்தான் தண்டிக்கின்றார். இச் சித்திரிப்பில் எழுத்தாளரின் உயர் நோக்கத்தைப் புரிந்துகொள்ள முடிகின்றது. உளவியல் பார்வையில் எனக்கு அதி முக்கியத்துவம் வாய்ந்ததாக - அதேசமயம் ஒரு முரண்பாடாகவும் தோன்றும் - ஓர் உண்மையை விளக்கியதற்கு நான் ஆசிரியருக்குக் கடன்பட்டிருக்கிறேன். மனிதனுடைய சுகம் அவனுடைய சுதந்திரத்தில் இல்லை, அது அவன் தனக்கென்று ஒரு கடமையை ஏற்றுக்கொள்வதில்தான் உள்ளது. இந்நூலில் வரும் ஒவ்வொரு கதாபாத்திரமும் அவரவர் செய்ய வேண்டிய கடமைக்காகத் தங்களை முற்றிலுமாக அர்ப்பணித்துக்கொள்கின்றனர். அவர்கள் ஆற்றவேண்டிய கடமை ஆபத்து நிறைந்ததெனினும், அதனை ஆற்றி முடிப்பதில்தான் அவர்களுக்கு நிலையான சுகம் கிடைக்கின்றது. ரிவியேர் உணர்ச்சியற்றவரல்லர். மறைந்துபோன விமானியின் மனைவி அவரை வந்து சந்திக்கும் காட்சி நெஞ்சத்தை உருக்குவதாக அமைந்திருக்கின்றது. அவருடைய ஆணையை நிறைவேற்றுவதற்கு வேண்டிய துணிவைவிட, அவர் அந்த ஆணையைப் பிறப்பிப்பதற்கு வேண்டிய துணிவு எவ்வகையிலும் குறைந்ததன்று.

அவர் சொல்கிறார்: "மற்றவர்களை நாம் ஈர்ப்பதற்கு அவர்களைப் பார்த்து நாம் அனுதாபப்பட்டால் போதுமானது. ஆனால், நான் அனுதாபப்படுவதில்லை... அப்படி அனுதாபப்பட்டாலும், அதனைக் காட்டிக்கொள்வதில்லை... என்னுடைய திறனைக் கண்டு சில சமயம் நானே வியந்ததுண்டு." மேலும் சொல்கிறார்: "உங்கள் ஆணையை நிறைவேற்றுபவர்களிடம் நீங்கள் அன்பு காட்ட வேண்டும், ஆனால், அதனை அவர்களிடம் சொல்லக் கூடாது."

ரிவியேரிடம் கடமை உணர்வு மேலோங்கி இருக்கிறது, "ஏதோ ஓர் இனம்புரியாத கடமை உணர்வு, அன்பைப் பொழிய வேண்டுமென்ற உணர்வைவிட மேலான ஒன்று." மனிதன் தனக்குள்ளேயே ஒரு லட்சியத்தைத் தேடிக்கொள்ளாமல், அவனுக்கு அப்பாற்பட்டு – அவனை ஆட்கொண்டு – அவனால் உயிர்வாழும் ஒன்றிற்கு அடிபணிந்து, தன்னை அர்ப்பணித்துக்கொள்ள வேண்டும்." அந்த 'இனம்புரியாத உணர்வுதான்' என் இலட்சிய வீரனை – கிரேக்க புராணத்தில் வரும் புரோமீத்தியஸ் போன்ற என் கதாநாயகனை – "நான் மனிதனை நேசிக்கவில்லை, அவனை விழுங்கிக்கொண்டிருக்கும் ஒன்றைத்தான் நேசிக்கின்றேன்," என்று முரண்பாடு தொனிக்கச் சொல்லவைக்கிறது. அதுதான் எல்லா வீரதீரத்திற்கும் அடிப்படையாகும். ரிவியேர் நினைப்பதாவது: "மனிதவாழ்க்கையைவிட மேலான மதிப்புடைய ஒன்றிருக்கிறதென்ற எண்ணத்தில் செயல்படுகிறோம். என்ன அது?" அவர் சிந்தனையைத் தொடர்கின்றார்: "மனிதனிடமிருந்து நாம் மீட்டுக் காப்பதற்கு வேறு ஏதோ ஒன்று இருக்கின்றது." அதை மீட்டுக் காப்பதற்குத்தான் அவர் உழைக்கின்றார். அதில் எந்த சந்தேகமுமில்லை.

வீரம் என்ற கருத்துரு இராணுவத்தில் தளர்ச்சியடைந்து கொண்டிருக் கிறது. எதிர்காலப் போர்களில், இரசாயன ஆயுதங்களின் அச்சுறுத்தல்தான் அதிகரிக்கும் என்று நாம் உணரத் தொடங்கும்போது வீரத்துக்கு வேலை இல்லை. இந்நிலையில் துணிவை வியத்தகு வகையிலும், பயன் தரும் வகையிலும் வெளிப்படுத்த வான் போக்குவரத்து வழிவகுக்குமல்லவா? ஆணை ஒன்றின் கீழ் செயல்பட வேண்டியிருப்பின், அங்கு அசட்டுத் துணிவுக்கு இடமில்லை. தன்னுடைய உயிரைப் பணயம் வைக்கும் விமானி ஒருவனுக்கு, துணிவுக்கு நாம் தரும் அர்த்தத்தைக் கேட்டு எள்ளி நகையாட உரிமையுண்டு. சேந்தெக்ஸுபெரி அவர் முன்பு எழுதிய கடிதம் ஒன்றை இங்கு குறிப்பிட அனுமதிப்பார் என்று நினைக்கிறேன். அது கசாபிளாங்கா–டக்கார் சேவையில் மொரிட்டானியா மீது பறந்து செல்ல வேண்டியிருந்தபோது எழுதிய கடிதம்.

> "நான் எப்போது வீடு திரும்புவேன் என்று சொல்ல முடியாது. எனக்குச் சில மாதங்களாக நிறைய வேலை இருந்துவருகிறது. காணாமல்போன நண்பர்களைத் தேட வேண்டும். தீவிர எதிர்ப்பாளர்களின் நிலப்பகுதியில் வீழ்ந்துவிட்ட விமானங்களைப் பழுதுபார்க்க வேண்டும். டக்கார் விமான சேவைகளில் சிலவற்றைச் சீரமைக்க வேண்டும். விமானமொன்றைக் காப்பாற்றும் பொருட்டு

மூரிஷ்காரர்கள் பதினோரு பேருடனும், இயந்திரப் பொறியாளன் ஒருவனுடனும் இரண்டு பகல் – இரண்டு இரவு கழித்தேன். முதல் தடவையாக, பல்வேறு அச்சமூட்டும் எச்சரிக்கைகளுக்கு மத்தியில், துப்பாக்கிக் குண்டுகள் என் தலையை உரசிச் சென்றது என் காதில் விழுந்தது. அச்சூழலில், நான் மூரிஷ்காரர்களைவிடவும் அதிக அமைதி காத்தேன் என்ற உண்மை எனக்குத் தெரிந்தது. அதே சமயம், எனக்கு எப்போதும் வியப்பாகத்தோன்றிய ஓர் உண்மையும் புரிந்தது. அதாவது, பிளாட்டோ (அல்லது அரிஸ்டாட்டிலா?) எதற்காகத் துணிவைப் பண்புகளின் பட்டியலில் கடைசியாக வைத்தார்களென்று! துணிவில் அப்படியொன்றும் பாராட்டத்தக்க உணர்வுகள் அடங்கவில்லை. கொஞ்சம் கோபம், கொஞ்சம் தற்பெருமை, அதிகளவில் பிடிவாதம், சாதாரணமான விளையாட்டில் வரும் மகிழ்ச்சி ஆகியவைதான் அதில் அடங்கும். வெறும் உடல் ஆற்றலை முன்னிறுத்துவது துணிவாகிவிடாது. திறந்த சட்டையின் மீது கைகளைக் கட்டிக்கொண்டு சுவாசிப்பது சுகமாகத்தான் இருக்கின்றது. அது இரவாக இருந்தால் ஒரு பெரிய மடத்தனம் செய்வதாகத் தோன்றும். துணிவு மட்டும் கொண்ட ஒரு மனிதனை நான் எப்போதும் வியந்து பாராட்டமாட்டேன்.”

இந்நூலின் தொடக்கத்தில் குவிண்டன் *(Quinton)* சொன்ன ஒரு வாசகத்தை இணைக்க விரும்புகிறேன் – அதனை நான் அனைத்து சந்தர்ப்பங்களிலும் ஆமோதிக்கின்றேன் என்று சொல்லவில்லையாயினும்! “காதலிப்பதை மறைப்பதுபோல், வீரச்செயலையும் மறைக்கத் தோன்றும்.” இன்னும் பொருத்தமாகச் சொல்லவேண்டுமானால் இப்படிச் சொல்லலாம்: “மேன்மக்கள் தாங்கள் செய்யும் அறச் செயல்களை எவ்வாறு வெளியில் சொல்லாமாட்டார்களோ, அதேபோல், வீரர்கள் தங்கள் சாதனைகளை வெளியில் சொல்லிக்கொண்டிருக்க மாட்டார்கள். அவற்றை ஒருவேளை வேறுவிதமாக வெளிப்படுத்தலாம் அல்லது கண்டுகொள்ளாமல் விட்டுவிடலாம்.”

சேந்தெக்ஸுபெரி சொல்வதெல்லாம் அவர் சொந்த வாழ்க்கையில் சந்தித்தவையாகும். அவர் தானே நேரடியாக எதிர்கொண்ட ஆபத்துகளைப் பற்றிச் சொல்லும்போது, அவர் நூல் நம்பகத்தன்மை பெறுவதோடல்லாமல், தனிச் சுவையையும் பெறுகின்றது. போர்பற்றியும், சாகசங்கள்பற்றியும் பலர் கற்பனைக் கதைகள் புனைந்திருக்கிறார்கள். அவற்றில் அவர்கள் தங்களது அபாரத் திறமையை வெளிப்படுத்தியிருக்கிறார்கள். ஆனால், அவற்றைப் படிக்கும் நிஜ சாதனையாளர்கள், அல்லது போர்வீரர்கள் எள்ளி நகையாடுவர். நான் பாராட்டும் இக்கதை இலக்கிய நயம் கொண்டது மட்டுமன்று. இது ஓர் ஆதாரபூர்வமான ஆவணமும்கூட! இவ்விரண்டு தன்மைகளும் இணைந்திருப்பதால் இந்நூல் ஓர் அசாதாரண முக்கியத்துவம் பெறுகின்றது.

ஆந்திரே ழீத்

1

அது பொன்னிற மாலைப் பொழுது. விமானம் பறந்துகொண்டிருக்கிறது. கீழே மலைக் குன்றுகள் கருந்திட்டு களாக மாறிக்கொண்டிருந்தன. சமவெளிப் பகுதிகளில் ஒளி இன்னும் இருந்துகொண்டிருந்தது, ஆனால் அந்த ஒளி பயனற்றது. இந்த நாட்டில் மாலை வேளையில் பொற்கதிர்கள் அவ்வளவு விரைவில் மறைந்துவிடுவதில்லை. அதேபோல், குளிர்காலம் முடிந்தபின் பனிக்கட்டிகளும் அப்படித்தான் மறையாமல் இருக்கும்.

அப்படிப்பட்ட மாலைப் பொழுதில், விமானி ஃபபியேன் தூரத் தெற்கிலிருந்து புயேனோசைரிஸ் நோக்கி தன்னுடைய ‘பெட்டகோனியன் எக்ஸ்பிரஸ்’ விமானத்தைச் செலுத்திக்கொண்டிருந்தான். இரவு நெருங்கிக்கொண்டிருந்தது. அதன் அறிகுறிகளை அவன் அறிவான். துறைமுகத்தில் நீரலைகளைப் போன்றவை அவை. அமைதியானவை. மென்மையான மேக அலைகளாகப் பரவக்கூடியவை. அவன் ஓர் அகண்ட– அமைதியான துறைமுகத்தில் நுழைவது போன்றிருந்தது. ஆயன் ஒருவனைப் போல் அவன் அந்த அமைதிப் பிரதேசத்தில் சற்று உலவிக்கொண்டிருப்பதாகக் கற்பனை செய்துகொண்டான். பெட்டகோனியா ஆயர்கள் அவசரமேதுமின்றி ஒரு மந்தையிலிருந்து மற்றொரு மந்தையை நோக்கி முன்னேறிக்கொண்டிருப்பார்கள். அதுபோல் அவன் ஒரு நகரத்திலிருந்து மற்றொரு நகரத்திற்கு முன்னேறிக்கொண்டிருந்தான். அச் சிறு நகரங்களுக்குத் தன்னையே அவன் ஆயனாக நினைத்துக்கொள்வான். மந்தைகள் நதிகளில் வந்து தாகம் தீர்த்துக்கொள்வதுபோல், அல்லது சமவெளிகளில் வந்து பசியாறுவதுபோல், இரண்டு மணிநேரத்துக்கு ஒரு முறை அந்நகரங்கள் வந்தவண்ணம் இருந்தன.

சில சமயங்களில், நூற்றுக்கணக்கான மைல்களுக்கு யாரும் வசிக்காத வன்பாலைகள் கடலைப்போல் விரிந்திருக்கும்.

சிதறிக்கிடக்கும் புல் தரைகளுக்கு மத்தியில் எங்கோ ஒரு பண்ணைவீடு தென்படும். அது மனிதர்களைத் தாங்கிச்செல்லும் கப்பல் ஒன்றைப் போல் காட்சியளிக்கும். அதற்குத் தன் விமானத்திலிருந்து வணக்கம் சொல்வான்.

"சான் ஜூலியன் தென்படுகின்றது. இன்னும் பத்து நிமிடங்களில் தரையிறங்குவோம்."

இச்செய்தியைச் சம்பந்தப்பட்ட அனைத்துக் கேந்திரங்களுக்கும் தொலைத்தொடர்புப் பொறியாளன் தெரியப்படுத்தினான்.

'மகேலன்' நீர்சந்தியிலிருந்து புயேனோசைரிஸ் வரையில், சுமார் இரண்டாயிரத்து ஐந்நூறு கிலோமீட்டர் தூரம், இதுபோல் எத்தனையோ நிலையங்கள் தொடருகின்றன. இருப்பினும், இங்குதான் இரவின் எல்லை தொடங்குகின்றது – ஆப்பிரிக்காவில் வெள்ளையர்கள் வெற்றிகொண்ட நகரங்களுக்கு அப்பால் ஒரு மர்மப் பிரதேசம் தொடங்குவதுபோல்!

தொலைத்தொடர்புப் பொறியாளன் அவனிடம் ஒரு துண்டுக் காகிதத்தைக் கொடுத்தான்: "புயல்கள் உருவாகி ஒலிவாங்கிகளைத் தாக்குகின்றன. இன்று இரவு 'சான் ஜூலிய'னில் தரை இறங்கியபின் அங்கேயே தங்கிக்கொள்ளலாமா?"

ஃபபியேன் முகத்தில் ஒரு புன்னகை. வானம் மீன் தொட்டியைப் போல் அமைதியாக இருந்தது. எல்லா நிலையங்களும் "வானம் தெளிவாக இருக்கிறது. காற்று எதுவும் வீசவில்லை" என்று அறிவிக்கின்றன.

விமானி "வேண்டாம், மீண்டும் பயணத்தைத் தொடரலாம்," என்றான்.

ஆனால், தொலைத்தொடர்புப் பொறியாளன் வேறு விதமாக நினைத்தான்: புயல்கள் எங்கோ உருவாகி இருக்கின்றன – பழம் ஒன்றினுள் புழுக்கள் வளர்வதுபோல்! இரவு இனிமையாக இருக்கலாம், ஆனால், ஏதோ ஓர் இடத்தில் சீரழிந்துபோய் இருக்கலாம். ஊறு விளைவிக்கக்கூடிய இந்த இருளுக்குள் புகுந்து செல்ல அவனுக்கு ஆர்வமில்லை.

சான் ஜூலியான் நகரில் வேகத்தைக் குறைத்துக்கொண்டு தரையிறங்கும்போது, ஃபபியேன் தான் சோர்வுற்றிருப்பதை உணர்ந்தான். வாழ்க்கைக்குச் சுகமளிக்கும் அனைத்தும் – அதாவது, வீடுகள், தேநீர் விடுதிகள், சோலைவனங்கள் ஆகியவையெல்லாம் அவனை நோக்கி வந்துகொண்டிருந்தன: வெற்றிகள் பல ஈட்டிய வீரனொருவன் மாலையில் அவன் இராச்சியத்தைப் பார்த்து ரசிப்பதுபோல் இருந்தது. மக்களின் எளிய சுகானுபவங்களைக் கண்டுகளிப்பது போலிருந்தது. ஃபபியேனுக்குத் தன் ஆயுதங்களை இறக்கிவைத்துவிட்டுத் தன்னுடைய பளுவையும் வலியையும் உணரவேண்டும்போல் இருந்தது. துயரங்கள்கூட ஒருவருக்குச் செல்வமாகலாம். ஓர் எளிய மனிதனாக இங்கு இருந்து சன்னல் வழியாக ஒரு நிரந்தர காட்சியைக் கண்டு ரசிக்கலாம். இச்சிறு கிராமத்தை அவன் தேர்ந்தெடுத்துக் கொள்ளலாம். எதேச்சையாக ஒரு வாழ்க்கையைத் தேடிக்கொண்டு, அதனை நேசிக்கலாம். காதலைப் போல், இக்கிராமம் சில எல்லைகளை ஏற்படுத்தக் கூடும். இங்கேயே நீண்டநாள் வாழ்ந்து ஒரு நிரந்தரத்தில் பங்குகொள்ளலாம். ஏனெனில், தான் கடந்துவந்த சின்னச்சின்ன நகரங்களில் அவன் தங்கியது ஒரு மணி நேரம் மட்டுமே.

மதில் சுவர்களுக்குள் முடங்கிக் கிடக்கும் தோட்டங்களை அவன் கடந்து வந்திருக்கிறான். ஆனால், அவை அவனுக்கு அப்பாற்பட்ட ஒருவித நிலைபேறுடைமையில் நீடித்திருந்தன. அவன் விமானம் இறங்குகையில், அந்தக் கிராமம் அதனை நோக்கி மேலெழுந்து, பரந்து விரிந்தது போலிருந்தது. அப்போது அவன் நட்பைப் பற்றியும் காதலைப் பற்றியும் போர்வைக்குள் கிடைக்கும் கதகதப்பைப் பற்றியும் நினைத்துப்பார்த்தான். அவையெல்லாம் மெல்ல மெல்ல நிலைபேறுடைமைக்குத் தங்களைத் தயார் செய்துகொண்டிருந்தன. கிராமம் விமானத்தை நெருங்கநெருங்க அதன் தோட்டங்கள் மதில்சுவர்கள் மறைத்து வைத்திருந்த மர்மங்களை விடுவித்தன. ஆனால், தரை இறங்கியதும் அவனுக்குச் சில மனிதர்கள் அங்கும் இங்கும் நடமாடுவதைத் தவிர வேறெதையும் பார்த்ததாகத் தோன்றவில்லை. இந்தக் கிராமம் எவ்வித அசைவுமின்றி இருப்பதால் அதன் வேட்கைகள் மர்மமாகவே இருந்தன. அதன் சுகத்தை அவன் அறிய வாய்ப்பில்லை. சுகத்தைப் பெற வேண்டுமானால், செயலாக்கத்தைக் கைவிட வேண்டும்.

பத்து நிமிடம் ஆனவுடன், அவன் கிளம்பவேண்டியதாயிற்று.

மீண்டும் ஒருமுறை சான் ஜூலியானைத் திரும்பிப் பார்த்தான். அது விளக்குகளாக, பின்னர் விண்மீன்களாகத் தோன்றியது. தூசுக்களாகத்

தோன்றி அவனிடம் ஓர் ஈர்ப்பை ஏற்படுத்தியது. பின்னர், ஒருவாறாக, அவன் அதனை விட்டு விலகினான்.

"என்னால் இயந்திரத்தின் இயக்கத்தைப் பார்க்க முடியவில்லை. விளக்குகளை எரியவைக்கிறேன்."

மின் தொடர்பை இயக்கினான். ஆனால், அவன் இருந்த பகுதியில் சிகப்பு விளக்குகள் பரப்பிய ஒளி இன்னும் மங்கலாகவே இருந்தது. குமிழ் விளக்கின் அருகில் விரல்களை வைத்துப் பார்த்தான். வெளிச்சம் போதவில்லை.

"சற்று நேரம் கழித்துப் பார்க்கலாம்."

இருப்பினும், கரும் புகையைப் போன்று இரவு நெருங்கிக் கொண்டிருந்தது. கீழே பள்ளத்தாக்குகளையெல்லாம் அப்புகை ஆக்கிரமிக்க ஆரம்பித்துவிட்டது. அவற்றைச் சமவெளிகளிலிருந்து பிரித்துப் பார்க்க முடியவில்லை. கிராமங்களின் விளக்குகள் எரிய ஆரம்பித்துவிட்டன. விண்மீன்களைப் போல் தங்களுக்குள் கண்சிமிட்டிக் கொண்டிருந்தன. அவன் தன் விரலால் திசை காட்டும் விளக்கை இயக்கி, தான் இருக்குமிடத்தை அறிவித்துக்கொண்டிருந்தான். தரையிலிருந்து அவனுக்குச் சமிக்கைகள் வந்துகொண்டிருந்தன. எங்கும் வியாபித்திருக்கும் இரவின்கண் வீடுகள் தங்கள் விண்மீன்களை ஏற்றிவைத்தன. அவை கலங்கரை விளக்கங்களாகச் செயல்பட்டன. மனித உயிரைப் பாதுகாக்க வேண்டியவையெல்லாம் மின்னிக்கொண்டிருந்தன. ஃபபியேனுக்கு வியப்பு மேலிட்டது. இன்று இரவுக்குள் நுழைவது ஓர் அமைதியான ஜலசந்தியில் நுழைவதுபோன்று அழகாகவும் அமைதியாகவும் நிகழ்ந்தது.

அவன் தானமர்ந்திருந்த இடத்திலிருந்து தலையை நீட்டித் திசைகாட்டும், மணிகாட்டும் கருவிகளை உற்று நோக்கினான். முட்களின் ரேடியம் ஒளிர ஆரம்பித்தது. ஒன்றன்பின் ஒன்றாக எண்களைச் சரிபார்த்துத் திருப்தியடைந்தான். வானத்தில் அவனது இருப்பு நிலை பாதுகாப்பாக இருந்தது. அருகில் இருந்த ஓர் இரும்புக் குழாயையும் தொட்டுப் பார்த்தான். அதில் உயிரோட்டம் இருந்தது. அதில் எந்த நடுக்கமும் இல்லை. ஐந்நூறு குதிரைத் திறன்கொண்ட அந்த எஞ்சின் சடப்பொருள்மீது மிகவும் மிருதுவான மின்சாரத்தைப் பாய்ச்சி எதிரிலிருந்த கண்ணாடிக் கருவிகளை வெல்வெட்போல் மென்மையாகக் காட்டியது. அப் பயணத்தின்போது, அவனுக்கு இன்னமும்கூட மயக்கமோ தடுமாற்றமோ தோன்றவில்லை. தசைகளின் மர்மமான செயல்பாடுதான் தோன்றியது.

இப்போது அவனுக்கென்று மீண்டும் ஓர் உலகத்தைச் படைத்துக் கொண்டான். அதில் எல்லாவற்றையும் சரிசெய்து சௌகரியமாக அமர்ந்துகொண்டான்.

மின்சார விநியோகப் பெட்டியைத் தட்டிப் பார்த்தான். ஒவ்வொரு தொடர்பையும் தொட்டுப் பார்த்தான். சற்று நகர்ந்து பார்த்தான். வசதியாகச் சாய்ந்துகொண்டு, இரவின் மடியில் தவழ்ந்து செல்லும் ஐந்து டன் எடையுள்ள அந்தக் கனிமப்பொருளின் ஆட்டங்களைச் சரியாக உணர்ந்துகொள்ளத் தகுந்த இருப்பு நிலையைத் தேடினான்.

சற்றுத் தடுமாறினான். அவசரகால விளக்கை எடுத்து அதற்குரிய இடத்தில் வைத்தான். சற்று நகர்ந்தான். அதனை மீண்டும் எடுத்து நழுவிவிடாதவாறு வைத்தான். ஒவ்வோர் இயக்கியையும் தொட்டுப் பார்த்தான். தன் விரல்கள் தயக்கமின்றி அவற்றோடு பழகிக்கொள்ள பயிற்சி மேற்கொண்டான். அதன் பிறகு, ஒரு விளக்கை ஒளிரச்செய்து, எல்லா கருவிகளும் சரியாக இயங்குகின்றனவா என்று பார்த்துவிட்டு, எதிரே இருந்த வழிகாட்டுச் சாதனங்களின் மூலம் நீரில் மூழ்குவதுபோல் இரவில் மூழ்குவதைக் கண்காணிக்கத் தொடங்கிவிட்டான். எதுவும் ஆடவில்லை, அசையவில்லை, தடுமாறவில்லை. ஜைரொஸ்கோப், ஆல்டிமீட்டர், எஞ்சின் ஆகியவை சரியாக இயங்குவதை உறுதி செய்துகொண்டு, தன்னைச் சற்று ஆசுவாசப்படுத்திக் கொண்டான். தலையை இருக்கையில் வசதியாகச் சாய்த்துக்கொண்டு சிந்தனையில் ஆழ்ந்தான். இரவுப் பயணத்தின் வெற்றிமீது அவனுக்கு அபார நம்பிக்கை ஏற்படுவதை உணர்ந்தான்.

இப்போது இரவின் மடியில் தான் ஒரு காவலன்போல் இருப்பதை உணர்ந்தான். இரவுதான் மனிதன் எப்படிப்பட்டவன் என்பதை உணர்த்துகின்றது என்பது தெரிந்துவிட்டது. விளக்குகள், அவற்றின் அழைப்புகள், அவையுணர்த்தும் கவலைகள், இவையனைத்தும் கண்முன் தோன்றின. பூமியில் ஒரு விண்மீன்போல் தோன்றும் அந்த ஒற்றை விளக்கு தனித்திருக்கும் ஒரு வீட்டைக் குறிக்கிறது.

இன்னொன்று அணைகின்றது. அது காதலின் அரவணைப்பைப் பாதுகாப்பாக மறைக்கின்றது. அல்லது அது ஒரு சோகத்தைக்கூட மறைக்கலாம். எதுவாயினும், அந்த வீடு உலகத்திற்குச் சமிக்கைகள் கொடுப்பதை நிறுத்திக்கொண்டது.

அதோ, அங்கு ஒரு விளக்கொளியில் தங்கள் கைகளை மேசைமீது பதித்துக்கொண்டிருக்கும் அந்தக் குடியானவர்கள் ஏதோ ஒன்றுக்காக ஏங்கிக்கொண்டிருக்கின்றனர். பிரமாண்டமான அவ்விரவு அவர்கள் மீது கவிந்திருக்கும்போது, அவர்களது கனவு வெகுதூரம் சென்றடைகிறது என்பதை அவர்கள் அறிந்திலர். ஆனால், ஆயிரம் கிலோமீட்டர் தூரத்தையும் பத்துப் புயல்களையும் கடந்து வந்துகொண்டிருந்த ஃபபியேன் அதனை அறிவான். போர் தொடுக்கும் நாடுகளை ஒத்திருக்கும் புயல்களைச் சமாளித்துவிட்டு வந்தபின் – அப்புயல்கள் அவன் விமானத்தைத் தூக்கி இறக்கிப் பெருமூச்சு விடவைத்ததை உணர்ந்தபின் – புயல்களுக்கு நடுவே மேகங்கள் சற்று கலைந்த நேரங்களில், சந்திரனைப் பார்த்துவிட்டு வந்தபின் – ஒன்றன்பின் ஒன்றாக அந்த விளக்குகளைப் பார்க்கும்போது ஃபபியேனுக்கு அது ஒரு வெற்றியாக விளங்கியது. அதாவது, அவர்கள் ஏற்றிய அந்தத் தீபம் அவர்களுடைய எளிய குடில்களுக்கு மட்டும் ஒளிபரப்புகின்றது என்று அவர்கள் நினைக்கின்றார்கள். ஆனால், எண்பது கிலோமீட்டர் தூரத்தில், அதனழைப்பு உணரப்படுவதை அவர்கள் அறிந்திலர். யாருமில்லா ஒரு தீவிலிருந்து கடலுக்கெதிரில், நம்பிக்கை எதுவுமின்றி, ஏற்றிவைத்த தீபமாகத்தான் அவர்கள் அதனைக் கருதினர்.

2

பெட்டகோனியா, சிலி, பராகுவே ஆகிய இடங்களிலிருந்து – அதாவது, தெற்கு, மேற்கு, வடக்கு ஆகிய திசைகளிலிருந்து – தபால்களைக் கொண்டுவரும் மூன்று விமானங்கள், புயேனோஸைரிஸ் நோக்கிப் பறந்துகொண்டிருந்தன. வரும் தபால்களை நடுநிசி வாக்கில் ஐரோப்பா புறப்படும் விமானத்தில் ஏற்றிவிடுவதற்காகப் பணியாட்கள் காத்துக் கொண்டிருந்தனர்.

மூன்று விமானிகளும் அவரவர் விமானத்தில் கப்பல் மாலுமியின் பாதுகாப்புக் கவசம் போன்ற அரணுக்குப்பின் தங்கள் வான் பயணத்தைப் பற்றிச் சிந்தித்துக்கொண்டிருந்தார்கள். அவர்கள் மூவரும் அந்தப் பிரமாண்டமான நகரத்தில் தரையிறங்கும்போது மலைகளிலிருந்து தங்கள் மந்தைகளோடு கீழிறங்கும் ஆயர்கள்போல், அமைதியான அல்லது புயலால் அலைக்கழிக்கப்பட்ட வானிலிருந்து மெல்ல மெல்ல ஊர்ந்துவருவார்கள்.

அன்றைய இரவில் புயேனோஸைரிஸின் விமானத் தளத்தில் ரிவியேர் அங்குமிங்கும் அலைந்துகொண்டிருந்தார். நிறுவனத்தின் ஒட்டுமொத்த பொறுப்பாளரான அவர் மௌனம் காத்துக் கொண்டிருந்தார். மூன்று விமானங்களும் வந்திறங்காத வரை அன்றைய நாள் பயங்கரமாகத்தான் இருந்தது. ஒவ்வொரு நிமிடமும் தந்திகள் வந்தவண்ணமிருந்தன. அப்போது விதியின் பிடியிலிருந்து ஏதோ ஒன்றைப் பிடுங்குவதுபோலவும், மர்மத்தின் அளவைக் குறைப்பதுபோலவும்,தன் குழுக்களை இரவெனும் கடலிலிருந்து கரைக்கு இழுப்பதுபோலவும் அவர் உணர்வார்.

பணியாளர் ஒருவர் வந்து அவரிடம் ஒரு தந்தியை நீட்டினார்.

"'சிலி' விமானத்திற்கு புயேனோஸைரிஸின் விளக்குகள் தெரிகின்றதாம்."

"நல்லது."

கூடிய சீக்கிரம் அந்த விமானத்தின் ஒலி கேட்கும். இரவு தன் பிடியிலிருந்த ஒரு விமானத்தை விடுவிக்கும். மர்மம் நிறைந்த ஆழ்கடல் நீண்ட நேரமாகப் புரட்டிப் போட்டுக்கொண்டிருந்த விலைமதிப்பில்லாச் செல்வத்தை அலைகளும் மீளலைகளும், கரையில் கொண்டுசேர்ப்பதைப் போல் இருந்தது. இன்னும் சற்று நேரம் கழித்து, மற்ற இரண்டு விமானங் களும் அதேபோல் வந்து சேரும்.

அப்போது அன்றைய தினம் நல்லபடியாகக் கழிந்துவிடும். களைப்படைந்த குழுக்கள் தூங்கப் போய்விடுவர். அவர்களுக்குப் பதில் புதிய குழுக்கள் வந்துவிடும். ஆனால், ரிவியேருக்கு மட்டும் ஓய்வு கிடையாது! ஏனெனில், உடனேயே, ஐரோப்பா செல்லும் விமானம்பற்றிய கவலை அவரை ஆட்கொண்டுவிடும். எப்போதும் – எப்போதுமே – அப்படித்தான். அந்த வயதான போர்வீரர் முதன்முதலாகத் தன்னிடம் களைப்பு மேலிட்டது குறித்து வியப்படைந்தார். அவரைப் பொறுத்தவரை, விமானங்கள் வந்து சேர்வது, போரை முடித்துவைத்து, மகிழ்ச்சியான அமைதியுகத்தைத் தோற்றுவிக்கும் வெற்றியைப் போன்றதன்று. ஆயிரம் படிகள் எடுத்து வைக்க வேண்டியிருக்கும்போது, அது ஒரு முதல் படியாகத்தான் இருக்கும். நீட்டிய கரங்களில் ஒரு மிகப்பெரிய பளுவைத் தூக்கிவைத்திருக்கும் உணர்வுதான் ஏற்படும். நீண்ட நாட்களாகவே அப்படித்தான். ஓய்வற்ற – நம்பிக்கையற்ற – ஒரு முயற்சி! "எனக்கு வயதாகிக் கொண்டிருக்கிறது," என்று சொல்லிக்கொண்டார். செயலாக்கத்தால் அவருக்குத் தேவையான ஊட்டச்சத்து கிடைக்கவில்லையென்றால், அவருடைய வயோதிகம் மேலும் அதிகரித்துவிடும். இதுவரை அவருக்குள் எழாத கேள்விகள் இப்போது எழுவது குறித்து வியப்படைந்தார். இதுவரை அவர் தவிர்த்துவந்த சுகங்களின் பளு அவருக்கு அவ்வப்போது வந்துபோகும். அவையெல்லாம் விலக்கிவைத்த ஒரு பெருங்கடல். "அது நெருங்கிவருகின்றதா?" என்று தன்னைத்தானே கேட்டுக்கொண்டார். இதுவரை அவர் மனிதனுக்குச் சுகம் தரும் அனைத்தையும் "நேரம் கிடைக்கும்போது பார்த்துக்கொள்ளலாம்," என்று தள்ளிவைத்திருந்தார். ஏதோ அப்படிப்பட்ட நேரம் வருமென்று எண்ணியும், வாழ்க்கையின் இறுதியில் தான் கற்பனை செய்துவைத்திருந்த சுகம் வந்துசேருமென்று நினைத்திருந்தார் போலும். ஆனால், அதற்குள் வயோதிகம் வந்துவிட்டது. அமைதி என்பது கிடையாது. முழுமையான வெற்றி என்பதும் கிடையாது. விமானங்களின் போக்குவரத்து ஒருவாறாக நின்றுபோகும் நிலைமையும் ஏற்படப்போவதில்லை.

ரிவியேர் மேற்பார்வையாளர் லெரு முன் சற்று நின்றார். வயதான அந்த மனிதர் தன் வேலையைக் கவனித்துக்கொண்டிருந்தார். அவரும் நாற்பது ஆண்டுகளாக வேலை செய்து வந்திருக்கிறார். இரவு பத்து மணி அல்லது நடுநிசிவாக்கில் அவர் வீட்டுக்குச் செல்லும்போது, அவர் வேறொரு உலகத்தைக் காணப்போவதில்லை. அவருக்கு அது விடுதலை யன்று. ரிவியேர் அவரைப் பார்த்துப் புன்னகைத்தார். லெரு தன் கனத்த முகத்தைத் தூக்கி ஒரு நீலநிற உதிரிப் பாகத்தைக் காட்டினார். "இது அதிகக் கடினமாக இருந்தது. ஆனால், சமாளித்துவிட்டேன்," என்றார்.

அவர் காட்டியதை ரிவியேர் குனிந்து பார்த்தார். அவருடைய வேலையைத் தொடரவேண்டிய நேரம் வந்துவிட்டது. “பணிப் பட்டறையில் சொல்லி இந்த உதிரிப் பாகங்களைச் சற்று இலகுவாகச் செய்யச் சொல்லவேண்டும்,” என்று முடிவு செய்தார். பிறகு தன் விரல்களால் அவ்வுதிரிப் பாகத்தின் பிடிப்பைத் தடவிப் பார்த்துவிட்டு, மீண்டும் ஒரு முறை லெருவின் முகத்தைப் பார்த்தார். அதில் படிந்திருந்த சுருக்கங்களைப் பார்த்தபோது, ரிவியேர் உதடுகளில் ஒரு வேடிக்கையான கேள்வி எழுந்தது.

“நீங்கள் காதல் விவகாரங்களில் எப்போதாவது ஈடுபட்டிருக்கிறீர்களா?”

“ஓ, காதல் விவகாரமா? ஐயா, உங்களுக்கு ஒரு விஷயம் தெரியுமா?”

“என்னைப் போலத்தான் நீரும். அதெற்கெல்லாம் எப்போதுமே நேரம் கிடைத்ததில்லை. அப்படித்தானே?”

“ஆமாம், அதிகமாக….”

ரிவியேர் அப்பெரியவர் குரலில் ஒரு விரக்தி இருக்கின்றதா என்று கவனித்தார். இல்லவே இல்லை. தச்சன் ஒருவன் ஒரு பலகையை அழகாக இழைத்துவிட்டு, “அப்பாடா, வேலை முடிந்தது” என்று சொல்வதைப் போல் அந்த மனிதர் இருந்தார்.

“ஆமாம், அதுபோலத்தான் என் வேலையும் முடிகிறது,” என்று ரிவியேர் நினைத்தார்.

அதற்குள் சிலி விமானத்தின் ஒலி அவர் காதில் விழுந்தது. உடனேயே, சோர்வினால் ஏற்படும் கவலை தோய்ந்த எண்ணங்களையெல்லாம் ஒதுக்கித் தள்ளிவிட்டு விமானம் நிறுத்துமிடம் நோக்கிப் புறப்பட்டார்.

3

தூரத்தில் கேட்ட எஞ்சினின் ஓசை மெல்லமெல்ல நெருங்கி வந்தது. வலுவடைந்தது. சமிக்கைகள் கொடுத்தார்கள். ஓடுதள சிவப்பு விளக்குகள் விமானக் கூடத்தையும், தந்தி மரங்களையும், சதுரமான சமதளத்தையும் காட்டி நின்றன. எங்கும் ஒரே கொண்டாட்டம்

“இதோ, இதோ!”

வரிசையான விளக்கொளியில் விமானம் தவழ்ந்து வந்தது. ஒளி வெள்ளத்தால் அது புதிதாகத் தெரிந்தது. பின்னர் ஒருவாறாக அது நின்றது. பணியாட்களும், பொறித்துறையைச் சார்ந்தவர்களும் அதிலுள்ள தபால் மூட்டைகளை இறக்குவதற்காக அதனை நோக்கி விரைந்து கொண்டிருந்தனர். ஆனால், பெல்ரேன் எனும் அந்த விமானி மட்டும் ஆடாமல் அசையாமல் இருந்தன.

“ஏன், இன்னும் தாமதம்?”

ஏதோ ஒரு மர்மமான வேலையில் ஈடுபட்டிருந்த விமானி பதில் சொல்ல முன்வரவில்லை. ஒரு வேளை விமான ஓசை அவன் காதில் ஒலித்துக்கொண்டே இருக்கக்கூடும். பின்னர், மெதுவாகத் தலையை அசைத்தான். முன்னால் சாய்ந்து ஏதோ ஒரு சாதனத்தை இயக்கினான். பின்புதான் அவன் தன் மேலதிகாரிகளையும் நண்பர்களையும் திரும்பிப் பார்த்தான். அவர்களையெல்லாம் தன் சொத்துக்கள்போல் பாவித்தான். அவர்களை அவன் அளந்துபார்ப்பதுபோலும், எண்ணிப் பார்ப்பதுபோலும், எடைபோடுவது போலும் இருந்தது. அவர்களையெல்லாம் அவன் திரும்பப்பெற்றதாக எண்ணி மகிழ்ந்தான். அதேபோலத்தான் விழாக்கோலம் பூண்டிருந்த அந்த விமான நிலையத்தையும், உறுதியான ஓடுதளத்தையும், சற்றுத் தொலைவில் இருந்த அந்த நகரத்தையும், அதன் இயக்கத்தையும், அங்குள்ள பெண்களையும், அவர்களது அன்பையும் பாவித்தான். அவர்களையெல்லாம் தன் அகண்ட கைகளில் அடக்கிவைத்திருப்பதாக நினைத்தான்: அவர்களைத் தொடமுடியும், அவர்கள் குரலைக் கேட்க முடியும், அவர்களைத் திட்டுவதற்கு முடியும். அவர்கள் அங்கு

அமைதியாக – பாதுகாப்பாக – நிலவை ரசித்துக்கொண்டு இருப்பதைக் குறித்து அவன் முதலில் திட்ட வேண்டுமென்றுதான் நினைத்தான். ஆனால் திட்டவில்லை. மலர்ந்த முகத்துடன் அவர்களைப் பார்த்து: "என்ன? விருந்து தயார்தானே?" என்று கேட்டான்.

பின்பு, விமானத்தை விட்டு இறங்கினான்.

"உங்களுக்குத் தெரியுமா?" என்று தன் பயணத்தைப் பற்றிப் பேச விரும்பினான்.

பின்னர் மனதை மாற்றிக்கொண்டான்.

அவனை புயேனோசைரிஸ் கொண்டுசென்ற காரில் கூடவே வந்த ஆய்வாளர் உம்மென்று முகத்தை வைத்திருந்ததைப் பார்த்தும், ரிவியேர் மௌனமாக இருப்பதைப் பார்த்தும், கவலை கொள்ள ஆரம்பித்தான். உயிர்பிழைத்து வந்து, தரையிறங்கி மற்றவரைச் செல்லமாகத் திட்டுவது நன்றாகத்தான் இருக்கும். அது ஓர் ஆற்றலுடன் கூடிய மகிழ்ச்சி! ஆனால் அதுபற்றி நினைக்கும்போது, ஏதோ ஒரு சந்தேகம் மனத்தில் எழத்தான் செய்தது.

புயலோடு போரிடுவது எதார்த்தமானது - நேரடியானது. ஆனால், இயற்கையின் வெவ்வேறு தோற்றங்கள் அப்படிப்பட்டவையல்ல. அவன் யோசனையில் ஆழ்ந்தான்:

"அது ஒரு கலவரம் போன்றது. ஒன்றுமில்லாததுபோலிருக்கும் இயற்கையின் முகம் சட்டென்று மாறிவிடுகிறது."

நினைத்துப் பார்க்க முற்பட்டான்.

ஆண்டிஸ் மலைத்தொடரை எந்தப் பிரச்சினையுமின்றிக் கடந்து வந்துவிட்டான். குளிர்காலப் பனிக்கட்டிகள் அதன்மேல் அமைதியாக உறங்கிக்கொண்டிருந்தன. கைவிடப்பட்ட கோட்டை ஒன்றில் பல நூற்றாண்டுகள் முடங்கிக் கிடப்பதுபோல், மலை முகடுகளின் பனிக்கட்டிகள் அமைதி காத்துவந்தன. இரு நூறு கிலோமீட்டர் தூரம் வரை, எந்த ஒரு மனிதனோ, எந்த ஓர் உயிரோ, எந்த ஒரு நடமாட்டமோ கிடையாது. எங்கும் செங்குத்தாக நிமிர்ந்து நிற்கும் மலை முகடுகள். ஆறு மைல் உயரத்தில் அவற்றை உரசிச் செல்கின்றோம். எங்கும் சரிந்து விழுந்துகொண்டிருக்கும் கருங்கல் ஆடைகள்! எங்கும் நிலவும் அபாரமான அமைதி!

'தும்புங்காத்தோ' உச்சியின் சுற்றுப்புறத்தில்...

சிந்தித்துப் பார்க்கிறான். ஆம், அங்குதான் ஓர் அற்புதம் நிகழ்வதைக் கண்டான்.

முதலில் அவனுக்கு எதுவும் கண்ணுக்குப் புலப்படவில்லை. ஓர் அசௌகர்ய உணர்வு மட்டும் ஏற்பட்டது. தனியாக இருப்பதுபோன்ற உணர்வும் இருந்தது. ஆனால் தனியாக இல்லை! யாரோ ஒருவர் அவனை நோட்டமிடுவது போலிருந்தது. தாமதமாக – மிகவும் தாமதமாக, அது எவ்வாறு என்று அறிய முடியாமல், யாரோ கோபக்கணைகளை வீசுவது போன்றிருந்தது. அந்தக் கோபம் எங்கிருந்து வெளிப்பட்டது? தெரியவில்லை.

கருங்கற்களிலிருந்தோ, பனிப் பாறைகளிலிருந்தோ வந்தது என்று எவ்வாறு யூகிக்க முடியும்? எதுவும் அவனை நோக்கி வருவதுபோல் தெரியவில்லை. கடுமையான புயல் ஒன்று தன்னை நோக்கி நகர்வதாகவும் தெரியவில்லை. வேறுபாடற்ற இரு உலகங்கள் ஒன்றிலிருந்து ஒன்று பிரிவதாகத் தெரிந்தது. அதைப் பார்த்த பெல்ரேனுக்கு மனதில் ஓர் இனம்புரியாத இறுக்கம். ஒன்றும் அறியாததுபோன்ற அந்த மலையுச்சிகள், மலை முகடுகள், சாம்பல்நிற பனிப்பாறைகள் எல்லாம் திடீரென மனிதர்களைப் போல் உயிர்பெற்றிருந்தன.

அவன் போரிடவில்லை. விமானத்தில் தன் எதிரே இருந்த அந்த இயக்கிகளை இறுக்கிப் பிடித்துக்கொண்டான். ஏதோ ஒன்று தயராகிக் கொண்டிருந்தது. ஆனால், அது என்னவென்று தெரியவில்லை. விலங்கு ஒன்று எங்கிருந்தோ பாயவிருந்ததைப் போல் உணர்ந்தான். அதனை எதிர்கொள்ள, கைகளின் தசைகளை அசைத்துப் பார்த்துக்கொண்டான். ஆனால், எங்கும் அமைதி மட்டுமே நிறைந்திருந்தது. எனினும் அந்த அமைதியில் ஒரு வினோதமான ஆற்றல் இருந்தது.

பிறகு எல்லாம் கூர் தீட்ட ஆரம்பித்தன. மலையுச்சிகள், மலைமுகடுக ளெல்லாம் கூர்மையாகின. கப்பல் கூர்முனைபோலவும், கடுங்காற்று போலவும் உடலில் ஊடுருவின. போரிடுவதற்காகக் குவியும் பயங்கரமான கப்பல்கள்போல் எல்லாம் அவனைச் சுற்றிவளைத்துக் கொண்டன. பின்னர் காற்றோடு தூசுவும் கலந்துவிட்டது. அந்தக் கலவை மெல்ல ஒரு திரைச் சீலையைப் போல மேலெழுந்து பனிப்பாறைகளை மறைத்தது. திரும்பிப் போக நேர்ந்தால் வழி வேண்டுமென்பதற்காக, அவன் திரும்பிப் பார்த்தான். நடுக்கம் ஏற்பட்டுவிட்டது. பின்னால், ஆண்டிஸ் மலைத்தொடர் முழுவதும் கொந்தளித்துக்கொண்டிருந்தது.

"நான் தொலைந்தேன்," என்று தனக்குள் சொல்லிக்கொண்டான்.

முன்னாலிருந்த மலையுச்சியிலிருந்து பனி பீரிட்டு, எரிமலை யொன்று வெடித்தது. பின்னர், வலது புறத்தில் மற்றொரு மலையுச்சியும் வெடித்தது. பின்னர் எல்லா உச்சிகளும் ஒன்றன்பின் ஒன்றாக வெடித்தன. கண்ணுக்குத் தெரியாத ஒருவன் தீவட்டி கொண்டு ஒவ்வொன்றாகக் கொளுத்திவிட்டுச் சென்றது போலிருந்தது. அச்சமயம் பார்த்து அதிவேகக் காற்றொன்று அவனைத் தீண்டியது. அவனைச் சுற்றி மலைகள் அசைவதுபோலிருந்தது. அந்தத் தீ பிழம்புகளுக்கு மத்தியில் அவன் வெறித்தனமாகப் போராடிக்கொண்டிருந்தது நினைவுக்கு வந்தது.

சிந்தித்துப் பார்த்தான்.

"புயல் என்பது சாதாரணமானதுதான். அதனை எதிர்த்துப் போராடித் தப்பித்துக் கொள்ளலாம். ஆனால், அதற்கு முன்பாக கண்ணெதிரே தோன்றும் காட்சி பயங்கரமானது!" காற்றின் ஆயிரம் முகங்களுக்குள் ஒரு விசித்திரமான முகத்தைப் பார்த்துவிட்டு வந்திருந்தான். ஆனால், அதனை அதற்குள் மறந்துவிட்டான்.

✤

4

ரிவியேர் பெல்ரேனை உற்று நோக்கினார். இன்னும் இருபது நிமிடங்களில், அவன் காரைவிட்டு இறங்கியவுடன் களைப்பும் அசதியும் மேலோங்க, அங்கு வரும் கும்பலுடன் ஒன்றுகலந்துவிடுவான். "களைப்பாக இருக்கிறது. இது என்ன பிழைப்பு!" என்று அவன் சொல்லக்கூடும். அவன் மனைவியைப் பார்த்து "ஆண்டிஸ் மலை பக்கம் போய்விட்டு வந்த எனக்கு இங்கு கிடைக்கும் சுகம்தான் சுகம்," என்றும் சொல்லலாம். இருப்பினும், மனிதனைத் தன்பால் இழுக்கும் அனைத்திலிருந்தும் சற்று விலகிப்போய்விட்டு வந்திருந்தான். அவையனைத்தும் ஒன்றுமில்லை என்பதை அவன் உணர்ந்திருந்தான். சில மணி நேரம் அவன் இயற்கையின் வேறொரு முகத்தோடு உறவாடி வந்திருக்கிறான். அச்சமயம் ஒளியில் மூழ்கியிருக்கும் இந்நகரை தன்னால் மீண்டும் சென்றடைய முடியுமா அல்லது சலிப்பூட்டும் அளவிற்கு அன்புமழை பொழியும் தன் இளவயது சிநேகிதிகளைப் பார்க்க இயலுமா என்பதுபோன்ற சிறுசிறு பலவீனம் மிகுந்த கேள்விகள் அவனுக்கு எழுந்திருக்காது. ரிவியேர் நினைத்தார்: "ஒவ்வொரு மனிதக் கூட்டத்திலும், அற்புதமான செய்திகளைத் தாங்கி நிற்கும் சிலர் இருப்பார்கள். கண்ணுக்குத் தெரியாமல் இருப்பார்கள். அவர்களுக்கே அது தெரியாமல் இருக்கும் . . . ஆனால் . . ." அவர் சில ஆர்வலர்களைக் கண்டு அஞ்சினார். அவர்களுக்குச் சில சாதனைகளின் புனிதத்தைப் பற்றித் தெரியாமலேயே, ஏனோ தானோவென்று பாராட்டைத் தெரிவிப்பார்கள். அவர்களின் பாராட்டுதல்கள் பாராட்டப் படுபவர்களின் தரத்தைக் குறைத்துவிடும். ஆனால், பெல்ரேன் அப்படிப் பட்டவனல்லன். அவனுடைய அனுபவம்பற்றி அவனுக்குத் தெரியும். அவன் பூமியின் வேறொரு முகத்தை, வேறொரு ஒளியில் பார்த்திருக்கிறான். அது தரும் உயர்வை அறிந்த அவன் சாதாரண பாராட்டுகளைப் பெரிதாக எடுத்துக் கொள்ளமாட்டான். ரிவியேரின் பாராட்டு வேறுவிதமானது: "எவ்வாறு சமாளித்தீர்கள்?"

என்று கேட்டுவிட்டு, அடுத்த வினாடியே, அவர் தொழில் சம்பந்தமான விஷயங்களைப் பற்றிப் பேச ஆரம்பித்துவிட்டார் – கொல்லன் தன் தொழிலைப் பற்றிப் பேசுவதைப் போல்!

முதலில் பெல்ரேன் தன்னுடைய திரும்பும் வழி தடைப்பட்டதைப் பற்றிச் சற்று வருத்தத்தோடு பேசினான்: “எனக்கு வேறு வழி இல்லை,” என்றான். பின்னர் அவனால் எதையும் பார்க்க இயலவில்லை. பார்வையைப் பனி மறைத்தது. “ஆனால், காற்றின் வேகம் ஏழு மைல் உயரத்திற்குத் தூக்கிவிட்டதால், நான் தப்பித்தேன். அந்தப் பகுதியை நான் கடக்கும் சமயத்தில் மலையுச்சிகளின் உயரத்திலேயே பறந்திருக்கிறேன் என்று நினைக்கிறேன்.” பின்னர் ஜைரஸ்கோப் பற்றியும் பேசினான். காற்று புகும்வழியை மாற்றியமைக்க வேண்டுமென்றான். பனி அதனை அடைத்துவிட்டதாம். “ஐஸ் கட்டி உருவாகிவிடுகிறது,” என்றான். மீண்டும் மீண்டும் வேகக் காற்றுகள் வீசி அவனை அலைக்கழித்திருக்கின்றன. மூன்று மைல் உயரத்தில் அவன் எவ்வாறு எதன்மீதும் மோதாமல் வந்தான் என்று அவனுக்கே தெரியவில்லை. பின்னர்தான் அவன் சமவெளிமீது பறந்தது தெரியவந்தது. “திடீரென வானம் முழுமையாக வெளுத்திருந்ததைப் பார்த்துத்தான் கண்டுபிடித்தேன்.” ஒரு குகைக்குள்ளிருந்து வெளியில் வருவது போன்றிருந்ததாம் அப்போது.

“மெண்டோசாவிலும் புயலா?”

“இல்லை, இல்லை. நான் இறங்கும்போது வானம் வெளுத்திருந்தது. காற்று வீசவில்லை. ஆனால், புயல் என்னைத் தொடர்ந்து மிரட்டிக் கொண்டுதானிருந்தது.”

அது “விநோதமாக இருந்தது,” என்ற காரணத்தினால்தான் அதைப் பற்றி விவரித்தான். மேல் பகுதி மேகப் பனியில் தொடங்கியது. அடிப்பகுதி சமவெளிப்பகுதியில் எரிமலைக் குழம்புபோல் இருந்தது. அது ஒவ்வொன்றாக நகரங்களை விழுங்கிக்கொண்டிருந்தது. “அதுபோல் நான் பார்த்ததே இல்லை.” பின்னர் ஏதோ ஒரு நினைவு வந்து குறுக்கிடவே, சற்று மௌனமானான்.

ரிவியேர் ஆய்வாளரைத் திரும்பிப் பார்த்துச் சொன்னார்:

“பசிபிக் பெருங்கடலில் உருவாகிய புயலைத் தாமதமாகத்தான் அறிவித்தார்கள். ஆனால் அந்தப் புயல்கள் எப்போதும் ஆண்டீஸ் மலைத் தொடர்களோடு நின்றுவிடும். அது கிழக்கு நோக்கியும் நகரும் என்று யாரும் எதிர்பார்க்கவில்லை.”

ஆய்வாளருக்கு இதுபற்றியெல்லாம் தெரியாது. ஆனால், எல்லாம் தெரிந்ததுபோல் தலையசைத்தார்.

பின்பு, சற்றுத் தயங்கியபடியே பெல்ரேன் பக்கம் திரும்பினார். அவரது கழுத்துக்கண்டம் துடித்தது. இருந்தாலும் எதுவும் பேசவில்லை. சற்று யோசித்துவிட்டுத் தன் பார்வையை வேறுபக்கம் திருப்பிக்கொண்டு தன் சோகம் கலந்த கௌரவத்தைக் காப்பாற்றிக்கொண்டார்.

அவர் எடுத்துச் செல்லும் பையைப் போலவே அவரது சோகத்தையும் கூடவே எடுத்துச்சென்றார். அன்றைக்கு முந்தைய நாள்தான் ரிவியேர் ஏதோ வேலை இருக்கிறதென்று அவரை அர்ஜெண்டினாவுக்கு வரவழைத்திருந்தார். ஆய்வாளர் என்ற அவருடைய கௌரவமும், அவருடைய பெரிய கைகளும், அவருக்கு இடைஞ்சலாக இருந்தன. குறிப்பிட்ட நேரத்தில் எல்லாம் நடக்க வேண்டுமென்பதைக் கண்காணிப்பதுதான் அவருடைய பொறுப்பு. மற்றபடி அவர் யாரிடமும் சிரித்துப் பேசக்கூடாது. நகைச்சுவையையும் ரசிக்கக்கூடாது. மற்றவர்களோடு சேர்ந்து மது அருந்தவோ, மற்றவர்களை அந்நியோன்னியமாக 'வா', 'போ' என்றழைக்கவோ அவருக்கு உரிமையில்லை. ஏதாவது, எப்போதாவது, தவிர்க்க முடியாதபடி, ஒரு நகைச்சுவையுணர்வைக் காட்டவேண்டி இருந்தால், அது இன்னொரு ஆய்வாளர் அதே நிலையத்துக்கு வர நேர்ந்தால் மட்டுமே அனுமதிக்கப்படும்.

"மதிப்பீடு செய்யும் தொழில் கடினமானது," என்று ஆய்வாளர் தனக்குள் சொல்லிக் கொண்டார்.

சொல்லப்போனால், அவர் எதையும் மதிப்பிட்டுச் சொல்லவில்லை. வெறுமனே தலையை மட்டும் ஆட்டினார். அவருக்கு எதுவும் தெரியாததால், எதைப் பார்த்தாலும் மெல்ல தலையசைப்பதோடு நிறுத்திக்கொண்டார். சரியாக வேலை செய்யாதவர் மனசாட்சியை உறுத்துவதற்கு அதுவே போதுமானதாக இருந்தது. வேலை ஒழுங்காக நடந்துகொண்டிருந்தது. ஆனால், அவரை நேசிப்பதற்கு அங்கு யாரும் இல்லை. அவர் அங்கு பணிக்கமர்த்தப்பட்டது நேசத்தை அனுபவிப்பதற்காகவன்று; அறிக்கைகள் தயாரிப்பதற்கு மட்டுமே. அதிலும்கூட அவர் எந்த ஒரு புதிய பாணியையும் கடைப்பிடிக்கக் கூடாது, தொழில்நுட்ப யோசனைகளை முன்வைக்கக்கூடாது. அதுபற்றி, ஒரு தடவை ரிவியேர் கண்டித்துச் சொல்லிவிட்டார்: "ஆய்வாளர் ரொபீனோவிடமிருந்து நாங்கள் எதிர்பார்ப்பது கவிதைகளல்ல. அறிக்கைகள் மட்டுமே. பணியாளர்களின் ஆர்வத்தைத் தூண்டுவதே அவருடைய தலையாய பங்களிப்பாகும்." அன்றிலிருந்து, தினசரி தன் உணவைத் தேடிப் போவதுபோல், அவரின் கீழ் பணியாற்றுபவர்கள் செய்யும் தவறுகளைத் தேடிப் போய்க்கொண்டிருந்தார். குடித்துவிட்டு வரும் தொழில் நுட்பத் தொழிலாளி, இரவெல்லாம் தூங்காமல் கண்விழித்திருக்கும் விமான நிலைய அதிகாரி, தரையிறங்கும்போது தடுமாற்றம் காட்டிய விமானி, ஆகியோரிடமெல்லாம் தவறு கண்டுபிடித்து அறிக்கை அனுப்புவதுதான் அவர் வேலை.

ரிவியேர் சொல்வார்: "அவர் அறிவு மிக்கவரல்லர். ஆதலால், எனக்கு நிறைய சேவை செய்கிறார்." ரிவியேர் ஒரு விதி வகுத்துக்கொண்டார்: தன்னிடம் பணியாற்றுபவர்களைப் பற்றித் தெரிந்துகொள்வது அவருடைய வேலை. ரொபீனோ விதிமுறைகளை மட்டும் தெரிந்து வைத்துக்கொண்டால் போதுமானது.

ஒரு நாள் ரிவியேர் சொன்னார்: "ரொபீனோ, தாமதமாகப் புறப்படும் விமானிகளுக்கு நேரம் தவறாமைக்கான ஊக்கத்தொகையை ரத்து செய்துவிடுங்கள்"

“எதிர்ப்பாராத சூழலிலுமா?” என்று கேட்டார்.

“ஆம், பனிமூட்டம் இருந்தாலும்கூட.”

அநீதி விளைந்து விடுமோ என்றுகூடக் கவலைப்படாத இவ்வளவு வலுவான தலைவனின் கீழ் பணியாற்றுவது ரொபீனோ விற்குப் பெருமையாகத்தான் இருந்தது. வளைந்து கொடுக்காத அந்த அதிகாரத்தினால், ரொபீனோவுக்கும் ஒரு கம்பீரம் ஏற்பட்டது.

சற்றுநேரம் கழித்து, ரொபீனோ நிலைய அதிகாரிகளிடம்: “நீங்கள் ஆறேகால் மணிக்குத்தான் புறப்பட்டீர்கள், ஆகையால் உங்களுக்கு ஊக்கத்தொகை கிடையாது,” என்று கூறினார்.

“ஐந்தறை மணிக்கே புறப்பட வேண்டுமானால், பத்து மீட்டர் தொலைவில்கூட பார்க்க முடியாத நிலை இருந்தது உங்களுக்குத் தெரியாதா?” என்றனர் அவர்கள்.

“விதிமுறை அப்படித்தான்.”

“ஆய்வாளர் ஐயா, பனிமூட்டத்தை நாம் எப்படி விலக்க இயலும்?”

உடனே ரொபீனோ ஒரு புதிர்நிலைக்குள் புகுந்துகொள்வார். அவர் நிர்வாகத்தைச் சேர்ந்தவர். நிர்வாக நிபந்தனைகளின் மூலம், மனிதர்களை வதைத்துத்தான், சேவையை மேம்படுத்தமுடியும் என்பதைப் புரிந்துகொண்டார்.

அவரைப் பற்றி ரிவியேர் சொல்வார்: “ரொபீனோவுக்குச் சிந்திக்கும் பழக்கமில்லை. ஆகையால், அவரிடமிருந்து எந்தத் தவறான சிந்தனையும் வராது.”

அதேபோல் விமானத்தில் ஏதாவது பழுதானால் விமானிக்குக் கிடைக்க வேண்டிய சாதனப் பாதுகாப்பு ஊக்கத் தொகை கிடைக்காது.

“நடுக்காட்டில் விமானம் மோதினால்கூடவா?” என்று ரொபீனோ ரிவியேரிடம் கேட்டார்.

“ஆம். அப்படித்தான்”

ரொபீனோ அதற்குமேல் ஒன்றும் கேட்கவில்லை.

பின்னர் விமானிகளிடம் பேசும்போது, ரொபீனோ சொன்னார்: “மிகவும் வருத்தமாகத்தான் இருக்கிறது. என்ன செய்ய ? விபத்து காட்டுப் பகுதியில் நிகழாமல் பார்த்துக்கொள்ள வேண்டியதுதான் ஒரே வழி.”

“அதனை நாம் எப்படி முடிவு செய்ய முடியும்?”

“விதிமுறைகள் அப்படித்தான் இருக்கின்றன. என்ன செய்ய?”

விதிமுறைகள் மதச் சடங்குகள்போல்தான். அர்த்தமில்லாததுபோல் தோன்றும். ஆனால், மனிதனைப் பக்குவப்படுத்தும் என்று ரிவியேர் நினைத்தார். நியாயம், அநியாயம்பற்றியெல்லாம் அவர் கவலைப்பட்ட தில்லை. அந்தச் சொற்களுக்கு அர்த்தமில்லாமல்கூட இருக்கலாம். சிறுநகரங்களில் வாழும் நடுத்தர வர்க்கத்து மக்கள் மாலையில் இசைக்

கச்சேரிக்குப் போய்க்கொண்டிருப்பார்கள். அவர்களைப் பற்றி நான் கவலைப்படவில்லை. அவர்கள் வாழ்க்கையை நான் கணக்கில் எடுத்துக் கொள்வதில்லை. 'அவர்களுக்கு நியாயம், அநியாயம் என்பதெல்லாம் தெரியாது.' என்னைப் பொறுத்தவரையில், மனிதன் மெழுகுபோன்றவன். அவனை உருவாக்க வேண்டும். மெழுகுக்கு ஓர் ஆன்மா கொடுக்க வேண்டும். ஒரு மனோதிடம் கொடுக்க வேண்டும். அதே சமயம், தன்னுடைய கடுமையான நடவடிக்கையால் அங்கு பணியாற்றுபவர் களை அடி பணியவைக்க வேண்டுமென்று அவர் நினைக்கவில்லை. அவர்கள் தங்கள் நிலைமையிலிருந்தது உயர வேண்டுமென்றே நினைத்தார். ஒவ்வொரு தாமதத்துக்கும் தண்டனை வழங்கினார் என்றால் அதற்கு வேறொரு காரணமுமில்லை: அவர்களுக்கு ஒவ்வொரு கட்டத்திலும் விருப்பத்தை ஊக்குவிக்க வேண்டும். அவ்வளவுதான். காலநிலைமை மோசமாக இருந்தால், மனிதர்கள் அதனைச் சாக்காக வைத்துக்கொண்டு ஓய்வெடுக்கலாம் என்று நினைக்கவிடாமல், காலநிலை எப்போது முன்னேற்றம் அடையும் என்ற தவிப்பை ஏற்படுத்திவிடுவார். அது போன்ற சமயங்களில், சாதாரண தொழிலாளிக்கும்கூட உள்ளுக்குள் தன்னை அவமானப்படுத்துவதாக எண்ணத்தோன்றும். ஆகவே, வானம் கொஞ்சம் வெளுத்தாலும் அவர்: "வடக்கே எல்லாம் சரியாக இருக்கிறது. புறப்படுங்கள்," என்று உத்தரவிட்டுவிடுவார். ரிவியேர் நிர்வாகத்தால் பதினையாயிரம் கிலோமீட்டர் வரை தபால் போக்குவரத்து முக்கியத்துவம் பெற்றுவிட்டது.

ரிவியேர் சில சமயங்களில் சொல்வார்:

"அவர்கள் தாங்கள் செய்வதை விரும்பிச் செய்வதால்தான், அவர்களால் மகிழ்ச்சியோடு இருக்க முடிகிறது. அதே சமயம், நான் அவர்களிடம் கடுமையாக நடந்துகொள்வதால்தான் அவர்கள் அப்படி விரும்பிச் செய்கிறார்கள்."

அவர்களை அவர் சிரமப்பட வைக்கலாம், ஆனால் அதே சமயம் அவர்களுக்குப் பெருமகிழ்ச்சியடையும் வாய்ப்பையும் ஏற்படுத்தி யிருந்தார். "சிரமத்தையும் மகிழ்ச்சியையும் அளிக்கும் பெரு வாழ்வை நோக்கி அவர்களைத் தள்ளவேண்டும்," என்று நினைத்தார். "அதுதான் உண்மையான வாழ்க்கை."

கார் நகரத்தையடைந்ததும், ரிவியேர் தன்னைத் தன் நிர்வாக அலுவலகத்தில் கொண்டுபோய்விடச் சொன்னார். அப்போது பெல்ரேனுடன் தனியாக இருந்த ரொபீனோ அவனுடன் ஏதாவது பேசவேண்டுமென்ற ஆவலில் வாயைத் திறந்தார்.

❖

5

அன்று மாலை என்னவோ ரொபீனோ சோர்வடைந் திருந்தார். வெற்றியுடன் வந்திருக்கும் பெல்ரேனைப் பார்க்கும்போது, தன்னுடைய வாழ்க்கை உப்பு சப்பற்றதாக அவருக்குத் தோன்றியது. அவர் ஓர் உண்மையைக் கண்டுபிடித்தார். காரின் ஒரு மூலையில் மூடிய கண்களுடனும், எண்ணெய்க் கறைபடிந்த கரங்களுடனும் களைத்துப் போய் சாய்ந்திருக்கும் அந்த விமானியைப் பார்க்கும்போது, ஆய்வாளர் என்ற தகுதியும் அதிகாரமும் வைத்திருந்தும்கூட தன்னுடைய வாழ்க்கை வெறுமையானதொன்று என அவருக்குத் தெரிந்தது. இன்னொருவரைப் பார்த்து வியப்பு ஏற்பட்டது அவருக்கு இதுதான் முதல் தடவை. அந்த வியப்பை அந்த மனிதனிடமே பகிர்ந்துகொள்ள வேண்டு மென்றும், அவன் நட்பைப் பெற வேண்டுமென்றும் முடிவெடுத்தார். அன்று நடந்தேறிய இரண்டு சம்பவங்கள் அவரைக் களைப்படையச் செய்திருந்தன. முதலில், எரிபொருள் கையிருப்புக் கணக்குப் பார்க்கும்போது, அவரே தேவையில்லாத சிக்கலில் மாட்டிக்கொண்டார். அதன் பொறுப்பாளனின் கணக்கில் தவறு ஒன்றைக் கண்டுபிடித்து விட்டதாக எண்ணி அவனிடம் பேசினார். ஆனால், உண்மையில் அவர்தான் கணக்கில் தவறு செய்திருந்தார். அது தெரியவந்தபோது செய்வதறியாது விழித்துக்கொண்டு நின்ற அவரிடம், அப் பணியாளனே பரிதாப்பட்டு அவர் கணக்கைச் சரிசெய்ய உதவினான். இன்னொரு மோசமான சம்பவம். பொறித்துறைச் செயலர் ஒருவரிடம் போய், பி6 எண்ணெய்க் குழாய் பொருத்தியதில் தவறிருக்கிறதென்று குறை கூறினார். ஆனால், அப்பொறித்துறை செயலர் வேண்டுமென்றே அவரை இருபது நிமிடம் பேச விட்டுவிட்டு, பின்னர் அது பி6 குழாயன்று பி4 குழாய் என்பதைச் சுட்டிக்காட்டி மூக்குடைப்புச் செய்தார். அவர் "மன்னிக்க முடியாத தவறு" என்று குறிப்பிட்டது கடைசியில் அவருடைய சொந்தத் தவறாகிவிட்டது.

மேலும், அவருக்குத் தன் விடுதி அறைக்குப் போக அச்சமாக இருந்தது. பிரான்ஸ் நாட்டின் துலூஸ் நகரிலிருந்து புயேனோசைரிஸ் சென்றடைந்து, தன் வேலை முடிந்ததும், ஒவ்வொரு தடவையும், அவர் அந்த அறைக்குப் போவது வழக்கமாகிவிட்டது. அவரிடம் ஏராளமான யோசனைகள் இருக்கும். உடனே ஒரு கட்டு வெள்ளைக் காகிதத்தை எடுத்து அதில் பொறுமையாக 'அறிக்கை' என்று தலைப்பிட்டு எழுதுவார். சில வரிகள் எழுதிவிட்டு அத்தனை காகிதங்களையும் கிழித்துப் போட்டுவிடுவார். இந்த நிறுவனத்தைப் பெரிய ஆபத்தொன்றிலிருந்து காப்பாற்ற வேண்டுமென்ற ஆவல் இருந்தது. ஆனால் அதற்கு எந்த ஆபத்தும் ஏற்படவில்லை. ஒரு நாள் ஒரு விமானத்தின் உதிரிப் பாகமொன்று துருப்பிடித்துப் போய் இருந்ததைப் பார்த்துவிட்டார். அது பழுதடையாமல் இருக்க முயற்சி மேற்கொண்டார். அவர் இதுவரை பாதுகாப்பு அளித்தது அதற்கு மட்டுமே. ஓர் அதிகாரி முன்னிலையில், முகத்தைச் சற்றுக் கடுமையாக வைத்துக்கொண்டு,

அவ்வுதிரிப் பாகத்தின் மீது ஒரு விரலால் தடவினார். ஆனால் அவ்வதிகாரி: "இதற்கு முந்தைய நிலையத்தைக் கேளுங்கள். அங்கிருந்துதான் விமானம் வந்திருக்கிறது," என்று சொல்லிவிட்டார்.

பெல்ரேனை நெருங்கித் துணிவுடன் சொன்னார்: "இன்று இரவு உணவை என்னுடன் சாப்பிடுகின்றீர்களா? நான் யாருடனாவது உரையாட வேண்டும். என்னுடைய வேலை சில சமயங்களில் பரிதாபமாக இருக்கிறது..."

பிறகு சுதாரித்துக்கொண்டார். அவ்வளவு தூரம் கீழிறங்கிப் போகக்கூடாது என்று நினைத்து, பேச்சைத் தொடர்ந்தார்:

"எனக்கு ஏராளமான பொறுப்புகள், என்ன செய்வது?"

ஆனால், அவருக்குக் கீழ் பணியாற்றுபவர்கள் அவரைத் தங்கள் தனிப்பட்ட பிரச்சினைகளோடு சேர்த்துக்கொள்ள விரும்புவதில்லை. "அவர் அறிக்கை எழுதுவதற்கு எதுவும் கிடைக்கவில்லையென்றால், என்னை விழுங்கிவிடுவார். அவர் அவ்வளவு வெறியில் இருக்கிறார்," என்று ஒவ்வொருவரும் நினைத்தனர்.

ஆனால், அன்று மாலை, தன்னுடைய சொந்தப் பிரச்சினைகளை நினைத்துத்தான் வருந்திக்கொண்டிருந்தார்: அவருக்கு உடலில் படை நோய் ஏற்பட்டுத் தொந்தரவு செய்துகொண்டிருந்தது. அந்த ஓர் இரகசியத்தை அவர் தனக்குள்ளேயே வைத்துகொண்டிருக்க வேண்டிய சூழ்நிலையில் இருந்தார். இருப்பினும், அதனை வெளியில் சொல்லிப் புலம்ப வேண்டும்போல் இருந்தது. கௌரவம் பார்த்தால் ஆறுதல் கிடைக்காது. ஆகவே தாழ்வுணர்ச்சியில் அதனைத் தேடினார். மேலும், பிரான்சில் அவருக்கு ஒரு பெண் தொடர்பு இருந்தது. நாடு திரும்பி இரவில் அவளைச் சந்திக்கும்போது, தொழில்ரீதியாகத் தான் சாதித்ததைச் சொல்லி அவளிடம் தன்மீது ஈர்ப்பை அதிகப்படுத்த முனைவார். ஆனால், அவளுக்கு அது பிடிக்காது. அவளுக்கு அவளைப் பற்றிப் பேசுவதுதான் பிடிக்கும்.

"அப்போ, என்ன? என்னோடு சாப்பிட வரலாமல்லவா?"

நல்லெண்ண அடிப்படையில், பெல்ரேன் "வருகிறேன்" என்று சொல்லிவிட்டான்.

6

ரிவியேர் புயேனோசைரிஸ் செயலகத்துக்குள் நுழைந்தபோது, அலுவலர்களெல்லாம் தூங்கி வழிந்து கொண்டிருந்தனர். அவர் தன் கோட்டைக் கழற்றவில்லை. தலையில் அணிந்திருந்த தொப்பியை அகற்றவில்லை. நிரந்தரமாகப் பயணமொன்றில் ஈடுபட்டிருப்பவர் போல் காட்சியளித்தார். யாரும் அவரைச் சுலபமாகக் கவனித்துவிட முடியாது. அந்த அளவுக்குக் குட்டையான உருவம். அவருடைய சாம்பல் நிற முடியும், எளிமையான உடையும் அனைத்துச் சூழலோடும் கரைந்து போய்விடும். இருப்பினும், அவரைப் பார்த்ததும் அனைவருக்கும் ஓர் உற்சாகம் பிறந்தது. செயலர்கள் துடித்தெழுந்தார்கள். தலைமைச் செயலர் சமீபத்தில் வந்த ஆவணங்களைச் சரிசெய்தார். தட்டெழுத்துப் பொறி ஒலியெழுப்ப ஆரம்பித்தது.

தொலைபேசிப் பொறியாளர் எதிரேயிருந்த தொடர்பு இணைப்பு முனையில் இணைப்பிகளைச் செருகினார். பின்னர், வந்திருந்த தந்திகளையெல்லாம் ஒரு கையேட்டில் குறிக்கத்தொடங்கினார்.

ரிவியேர் தன் இருக்கையில் அமர்ந்து படிக்க ஆரம்பித்தார்.

'சிலி' அனுபவத்திற்குப் பிறகு, மகிழ்ச்சியான நாளொன்றின் வரலாற்றை மீண்டும் படித்துப் பார்த்தார். எல்லாம் ஒழுங்காக நடந்துவந்தன. விமானம் கடந்துசென்ற நிலையங்களிலிருந்து வந்த செய்திகள் வெற்றிகளைக் குறிக்கும் எளிமையான தகவல்கள். பெட்டகோனியன் மெயில் வேகமாக முன்னேறி வந்துகொண்டிருந்தது. குறிப்பிட்ட நேரத்துக்கு முன்னதாகவே வந்துசேரும், ஏனெனில், பலத்த காற்றொன்று கிழக்கிலிருந்து வடக்கு நோக்கிப் விரைந்து கொண்டிருந்தது.

"வானிலை அறிக்கைகளைக் கொடுங்கள்," என்றார்.

ஒவ்வொரு விமான நிலையமும் அங்கு நிலவும் காலநிலையைப் பற்றிச் சிலாகித்தன: வானம் தெள்ளத் தெளிவாகவும், காற்று சுகமாகவும் இருந்தன. அமெரிக்கா முழுதும் ஒரு பொன்நிற ஒளி பரவியிருந்தது. எல்லாமே ஒழுங்காக நிர்வகிக்கப்படுவது பற்றி அவருக்குத் திருப்தியாக இருந்தது. இப்போது அந்த மெயில் இரவின் மடியில் எங்கோ போராடிக் கொண்டிருக்கின்றது, ஆனால், நிலைமையெல்லாம் அதற்குச் சாதமாகவே இருந்தது.

ரிவியேர் கையேட்டை ஒதுக்கி வைத்துவிட்டு: "நல்லது", என்றார்.

பின்னர் அவர் சேவை மையத்தைப் பார்வையிடக் கிளம்பினார். இரவுக் காவலர் ஒருவர் அங்குப் பணியாற்றிக்கொண்டிருந்தார். உலகத்தில் பாதிவரை அவர் காவலின் கீழ் உழன்றுகொண்டிருந்தது.

திறந்த சன்னல் ஒன்றின் பக்கம் போய்நின்று இரவைக் கவனித்தார். புயேனோசைரிஸ் மட்டுமன்று, முழு அமெரிக்காவுமே ஒரு பேரிய தேவாலய மண்டபம் போல் அவ்விரவில் மூழ்கிக் கிடந்தது. அவருக்கு ஒரு பெருமித உணர்வு ஏற்பட்டது. அதில் வியப்பில்லை. சிலியின் சாண்டியாகோ வானம் அந்நியமாகத் தோன்றலாம். ஆனால், சாண்டியாகோ நோக்கி வந்துகொண்டிருக்கும் மெயிலைக் கருத்தில் கொண்டால், வழித்தடம் முழுதும் ஒரே வானத்தின் கீழ் பரந்து விரிந்திருக்கின்றது. அந்த மெயில் வருவது கம்பியில்லாத் தந்தியில் ஒலிக்கிறது. பெட்டகோனியா மீனவர்கள் அதன் விளக்கொளியைப் பார்த்திருக்கிறார்கள். வந்து கொண்டிருக்கும் விமானத்தைப் பற்றிய கவலை ரிவியேருக்கு வலுத்துக்கொண்டிருக்கும் அதே நேரத்தில், அதன் இயந்திர ஓசை பல்வேறு தலைநகர்களிலும், புறநகர்களிலும் வலுத்துக்கொண்டிருந்தது.

இன்றைய இரவு நல்லபடியாகப் போய்க்கொண்டிருந்தாலும், இன்னல்கள் நிறைந்த பல இரவுகள் அவருடைய நினைவுக்கு வந்தன. விமானம் பயங்கரத்தில் ஆழ்ந்திருந்த இரவுகள் உண்டு. அதற்கு உதவி செய்யமுடியாத நேரங்கள் இருந்தன. அதன் ஓலங்களைக் காற்றின் ஓலங்களோடு கலந்து வானொலி நிலையத்தில் கேட்டதுண்டு. அவற்றைக் கேட்கும்போது, இதமான இசை காற்றில் மறைந்துவிடும். மெயில் ஒன்று இரவின் இடையூறுகளைக் குருடனைப் போல் கடக்கும்போது ஏற்படும் மன அழுத்தத்தை வார்த்தைகளால் வருணிக்க இயலாது.

இரவு கண்காணிப்பின்போது, ஆய்வாளர் அவர் அலுவலகத்தில் இருக்க வேண்டும் என்று எண்ணி, ரொபீனோவைக் கூப்பிட்டு அனுப்பினார் ரிவியேர்.

அந்த சமயத்தில், ரொபீனோ விமானியொருவனிடம் நட்பு பாராட்டிக் கொண்டிருந்தார். தங்கும் விடுதியில் அவர் தன் பெட்டியைத் திறந்து, தான் வைத்திருந்த பொருட்களையெல்லாம் அவனுக்குக் காட்டிக் கொண்டிருந்தார். அந்தச் சாதாரண பொருட்களை வைத்திருந்த அவர் சாதாரண மனிதர்கள்போல்தான் எளிமையாக இருந்தார். அவரிடமிருந்த சட்டைகள் உயர் அதிகாரிகள் அணியும் சட்டைகளல்ல. அன்றாடத் தேவைக்கான சோப்பு, சீப்பு, கண்ணாடி போன்றவைகளும் குறைந்த அளவில்தான் இருந்தன. அத்துடன் ஒல்லியான உடலமைப்புக் கொண்ட

பெண்ணொருத்தியின் புகைப்படமும் இருந்தது. அதனை அவர் சுவரில் மாட்டினார். பரிதாபத்துக்குரிய அவரது பொக்கிஷத்தை அவனுக்குக் காண்பித்துத் தன் சோகத்தை வெளிப்படுத்தினார். அந்த சோகம் அவருக்கு மனதளவில் ஒரு படை நோய் – ஒரு சிறை.

ஆனால், எல்லா மனிதர்களுக்கும் இருப்பதுபோல் அவருக்கும் பெருமைப்படக்கூடிய ஒரு பொருள் இருந்தது. அதனைத் தன் பெட்டியின் அடியிலிருந்து மெதுவாக வெளியிலெடுத்தார். அது ஓர் உறைக்குள் பக்குவமாகப் பாதுகாக்கப்பட்ட பை. கொஞ்ச நேரம் எதுவும் பேசாமல் அதனைக் கைகளால் தட்டிப் பார்த்தார். பின்பு கைகளை விரித்து அவனிடம் காட்டினார்.

"இதனை நான் சஹாரா பாலைவனத்திலிருந்து கொண்டுவந்தேன்," என்றார்.

அதனைச் சொல்லும்போது அவருடைய முகம் ஒருவித வெட்கத்தால் சிவந்தது. அவருடைய துன்பங்கள், மணவாழ்க்கைத் துயரங்கள், சோகம் நிறைந்த சூழல்கள் அனைத்தையும் அவர் சஹாரா பாலைவனத்தில் சேகரித்த அந்தக் கரும் கூழாங்கற்கள் மறக்க உதவின – மர்மதேசம் ஒன்றுக்கு அவரை அழைத்துச்சென்றன.

தொடர்ந்து சொன்னார்:

"இதே கற்களை பிரேசிலிலும் காண முடிகின்றது."

கடலால் மூழ்கடிக்கப்பட்ட ஒரு தீவைப் பற்றிக் கனவு கண்டுகொண் டிருந்த அவரின் தோளை மெல்லத் தட்டினான் பெல்ரேன். பிறகு, மரியாதைக்காக: "உங்களுக்குப் புவியியல் பிடிக்குமா," என்று கேட்டான்.

"பிடிக்குமாவா? அது ஒரு வெறி என்றே சொல்லலாம்."

வாழ்க்கையில் கற்கள்தான் அவரிடம் நேசம் வைத்திருந்தன போலும்.

ரிவியேரிடமிருந்து அழைப்பு வந்ததும், ரொபீனோவின் முகம் வாடியது. பின்னர் அவர் சுதாரித்துக்கொண்டு சொன்னார்:

"சில முக்கிய முடிவுகள் எடுக்க வேண்டும்போல் இருக்கிறது. தலைவர் என்னைக் கூப்பிட்டனுப்பியிருக்கிறார். நான் போக வேண்டும். விடை பெறுகிறேன்."

ரொபீனோ தலைவர் அறைக்குள் நுழைந்தபோது, கூப்பிட்டனுப்பியதை மறந்துவிட்டார் தலைவர். அவர் ஒரு நிலப்படத்தில் சிவப்பு நிறத்தில் காட்டப்பட்டிருந்தவான் வெளிப்பாதையை உற்றுநோக்கிக்கொண்டிருந்தார். ஆய்வாளர் அவர் ஆணையை எதிர்பார்த்துக்கொண்டு காத்திருந்தார். சற்று நேரம் கழித்து, தலையைத் திருப்பாமலேயே ரொபீனோவிடம் கேட்டார்:

"இந்த நிலப்படத்தைப் பற்றி என்ன நினைக்கிறீர்கள், ரொபீனோ?"

ஆழ்ந்த சிந்தனையிலிருந்து வெளிவரும்போது ரிவியேர் இதுபோன்ற புதிர்கள் போடுவதுண்டு.

"இந்த நிலப்படத்தைப் பற்றியா..." என்று இழுத்தார்.

உண்மையைச் சொல்லப்போனால், அவர் அந்த நிலப்படத்தைப் பற்றி ஒன்றும் நினைக்கவில்லை. அதற்குப் பதில், அதில் பெரிய எழுத்தில் குறிப்பிட்டிருந்த ஐரோப்பாவையும் அமெரிக்காவையும் உற்றுநோக்கிக் கொண்டிருந்தார். ஆனால், ரிவியேர் ஆய்வாளரிடம் எதுவும்

சொல்லாமல், தன் சிந்தனையிலேயே மூழ்கியிருந்தார். "இந்த வழித்தடங் களின் வலைப் பின்னல் அழகாக, அதே சமயம் சிக்கலாகவும் உள்ளது. ஏராளமான மனிதர்களை – இளைஞர்களை – காவு கொண்டிருக்கிறது. பார்த்தால் எல்லாம் சரிசெய்யப்பட்டது போலிருக்கிறது. ஆனால் எவ்வளவு பிரச்சினைகளை எதிர்நோக்க வேண்டியதாயிருக்கிறது!" என்று ரிவியேர் தனக்குள் சொல்லிக்கொண்டார். குறிக்கோள்தான் அவருக்கு எல்லாவற்றையும்விட முக்கியமானது.

அருகிலிருந்த ரொபீனோ தொடர்ந்து நிலப்படத்தை உற்று நோக்கிக் கொண்டிருந்தார் மெல்லமெல்லத் தலையைத் தூக்கினார். ரிவியேர் அவர்மீது அனுதாபப்படுவார் என்று எதிர்பார்க்க முடியாது.

ஒரு தடவை தன் உடல் பிரச்சினையை அவரிடம் சொல்லி, அவருடைய அனுதாபத்தைப் பெற நினைத்தார். ஆனால், அவர் அதை விளையாட்டாக எடுத்துக்கொண்டு, "அதனால் உங்களுக்குத் தூக்கம் வரவில்லையென்றால், உங்கள் ஆக்கப் பணி அதிகரிக்கும் அல்லவா?" என்றார்.

அதை விளையாட்டாகச் சொன்னார் என்றும் சொல்லிவிட முடியாது. பல தடவை அவர் "இசைக் கலைஞன் ஒருவனுக்குத் தூக்கம் வரவில்லை என்றால், தூக்கமின்மை அவனுக்கு அழகான இசைப் படைப்புகள் உருவாக்க உதவும், ஆகவே அது ஓர் ஆக்கபூர்வமான, அழகான தூக்கமின்மை," என்று அவர் சொல்லியிருக்கிறார். ஒரு தடவை லெருவைக் குறிப்பிட்டு, "காதலுக்குத் தடையாக இருக்கும் அவருடைய அருவருப்பான தோற்றமே எவ்வளவு அழகு பாருங்கள்," என்று சொன்னார். "அவரிடம் காணப்படும் உயர்வுக்குக் காரணம் அவரிடம் உடல்ரீதியாக உள்ள குறைபாடுதான். அதுதான் அவரைத் தன் தொழிலோடு ஒன்றியிருக்கச் செய்கிறது."

"நீங்கள் பெல்ரேனுடன் அதிக நட்புப் பாராட்டுகின்றீர்கள் போலிருக்கிறது."

"ம்... ஆமாம்."

"அதை நான் குற்றம் சொல்லவில்லை."

ரிவியேர் திரும்பி, தலையைச் சாய்த்துக்கொண்டு, மெல்ல நடந்தார். அவர் உதடுகளில் தெரிந்த சோகப் புன்னகையை அவரைப் பின்தொடர்ந்த ரொபீனோவால் புரிந்துகொள்ள முடியவில்லை.

"ஆனால்,... நீங்கள் அவருடைய மேலதிகாரி என்ற விஷயத்தை மறந்துவிடாதீர்கள்."

"சரி," என்று ரொபீனோ தலையசைத்தார்.

ரிவியேரின் பார்வையில், வான் மண்டலத்தில், ஒவ்வொரு இரவும் நிகழும் ஒவ்வொரு நிகழ்ச்சியும் ஓர் எதிர்ப்பாராத நிகழ்ச்சியாகும். மனவுறுதியில் சிறிதளவு தளர்ச்சி ஏற்பட்டாலும் அது தோல்வியில்

போய் முடிந்துவிடும். பொழுது விடியும்வரை எவ்வளவோ போராட வேண்டியிருக்கும்.

"நீங்கள் உங்கள் அதிகாரத்தைச் சரிவரப் பயன்படுத்த வேண்டும்."

ரிவியேர் ஒவ்வொரு வார்த்தையையும் அளந்து பேசினார்.

"நாளை இரவு அந்த விமானியை ஓர் அபாயகரமான பயணத்தை மேற்கொள்ள உத்தரவிட வேண்டியிருக்கும். அப்போது உங்கள் ஆணையை அவர் மதிக்க வேண்டும்."

"சரிதான், ஐயா."

"மனித உயிர்களை உங்கள் கட்டுப்பாட்டில் வைத்திருக்கின்றீர்கள். அவை உங்கள் உயிரைவிட மேலானவை..."

ஒரு நிமிடம் தயங்கிவிட்டுச் சொன்னார்:

"அது சாதாரண விஷயமன்று."

தொடர்ந்து நடந்துகொண்டே இருந்தவர் ஒருநிமிட மௌனத்திற்குப்பின் சொன்னார்:

"உங்கள் நண்பர் என்பதற்காக அவர்கள் உங்களுக்குக் கீழ்ப்படிந்தால், நீங்கள் அவர்களை ஏமாற்றுவதாகும். அவர்களுடைய உயிரைக் காவு கொடுப்பதற்கு உங்களுக்கு எந்த உரிமையும் இல்லை."

"ஆம்... அது உண்மைதான்."

"அதே சமயம், நீங்கள் நண்பர் என்பதால் அவர்கள் சில கடினமான வேலைகளைச் செய்யாமல் விட்டாலும், அவர்களை நீங்கள் ஏமாற்றுவதாகத்தான் பொருள். அவர்கள் உங்களுக்குப் பணிந்து வேலை செய்ய வேண்டும்... கொஞ்சம் இப்படி உட்காருங்கள்."

ரொபீனோவின் தோள்மீது கைவைத்து மெதுவாக அவரைத் தன் அறைக்குத் தள்ளிச்சென்றார்.

"உங்களுக்கு உங்கள் பொறுப்பைச் சுட்டிக் காட்டப்போகிறேன், ரொபீனோ. உங்களுக்குச் சோர்வு ஏற்பட்டால், உங்களுக்கு ஆறுதல் சொல்வதற்கு அவர்கள் வரக்கூடாது. நீங்கள் ஓர் அதிகாரி. உங்கள் பலவீனம் நகைப்புகுரியது. இப்போது நான் சொல்வதை எழுதுங்கள்..."

"நான்..."

"எழுதுங்கள்: 'ஆய்வாளர் ரொபீனோவாகிய நான் 'இந்த' காரணத்துக்காக விமானி பெல்ரேனுக்கு இந்தத் தண்டனை விதிக்கிறார்.' காரணம் ஏதாவது கிடைக்கும்."

"ஐயா, நான்..."

"நீங்கள் புரிந்துகொண்டதுபோல் செய்யுங்கள், ரொபீனோ. உங்கள் அதிகாரத்துக்குட்பட்டவர்களை நீங்கள் நேசிக்கலாம். ஆனால், நீங்கள் நேசிப்பதை அவர்களிடம் காட்டிக்கொள்ளக் கூடாது."

ரொபீனோ மீண்டும் ஆர்வத்துடன் சென்று 'புரொப்பெல்லர்' அச்சுகளைச் சுத்தம் செய்ய ஆணையிடச் சென்றார்.

அவசரத் தரையிறக்க நிலையத்திலிருந்து கம்பியில்லாத் தந்தி மூலம் ஒரு செய்தி கிடைத்தது: "விமானம் கண்களில் படுகிறது. அது அனுப்பும் செய்தி: வேகத்தைக் குறைக்கின்றேன், இறங்கப் போகிறேன்."

அப்படியானால், அரை மணி நேரம் வீணாகும். விரைவு ரயில் ஒன்று தடத்தில் தொடர்ந்து போகாமல் நின்றுகொண்டிருந்தால் ஏற்படும் எரிச்சலைப் பற்றி ரிவியேருக்குத் தெரியும். அதுபோலத்தான் இதுவும். கெடிகாரத்தின் பெரிய முள் நகர்ந்தாலும், விமானம் மேற்கொண்டு நகராத நிலை. எவ்வளவோ நிகழ்வுகள் தடைப்பட்டுப் போகும். ரிவியேர் தன் கவலையை மறக்க வெளியில் சென்றார். வானம் நடிகர் இல்லாத நாடகமேடையானது. "இதுவும் ஒரு வீணான இரவு." சன்னல் வழியாக வானத்தைப் பார்த்தார். அது தூய்மையாக இருந்தது. ஏராளமான விண்மீன்கள்! அத்துடன், முத்தாய்ப்பு வைத்ததுபோல் ஒரு முழு நிலா. இரவின் பொற்களஞ்சியம் வீணாகிக்கொண்டிருந்தது.

ஆனால் விமானமொன்று புறப்பட்டுவிட்டால், ரிவியேருக்கு அந்த இரவு அழகாகிவிடும். உணர்வலைகளை எழுப்பிவிடும். அவ்விமானம் மனித உயிரைச் சுமந்து செல்லும். அவர் அதைக் கவனித்துக்கொள்ளத் தொடங்கிவிடுவார்.

"காலநிலை எப்படி இருக்கிறது" என்று விமானக் குழுவிடம் கேட்டார்.

பத்து வினாடிகள் பறந்தன.

"மிக அற்புதம்."

பின்னர், ரிவியேருக்கு விமானம் கடந்துசென்ற ஒவ்வொரு ஊரிலிருந்தும் செய்திகள் வந்தவண்ணமிருந்தன. அவையனைத்தும் போரிட்டுச் சாய்த்துவிட்ட நகரங்களாகத் தோன்றின.

✤

7

ஒரு மணிநேரம் கழித்து 'பெட்டாகோனியன் மெயி'லில், தொலைத்தொடர்புப் பொறியாளன் தன் தோளைப் பிடித்து யாரோ மெல்ல தூக்குவதுபோல் உணர்ந்தான். சுற்றுமுற்றும் பார்த்தான். கனமான கருமேகங்கள் விண்மீன் களை விழுங்கிக் கொண்டிருந்தன. கீழே குனிந்து, கிராமங்களின் விளக்குகளைத் தேடினான். அவை எதுவும் பிரகாசமாகத் தெரியவில்லை. புல்பூண்டுகளுக்குள் மறைந்திருக்கும் வெறும் மின்மினிப் பூச்சிகள்போல்தான் மின்னின.

இரவு கடினமாக இருக்கும் என்று யூகித்துச் சற்றுக் கலக்கமுற்றான். முன்னோக்கியும் பின்னோக்கியும் போய்க் கொண்டிருக்க வேண்டியிருக்கும். வெற்றிகொண்ட தூரத்தைத் திருப்பித்தர வேண்டியிருக்கும். விமானியின் வியூகம் அவனுக்குத் தெரியவில்லை. சிறிது தூரம் கடந்ததும், ஒரு சுவரைப்போலிருக்கும் அடர்ந்த இருளில் போய் மோதிக் கொள்ள வேண்டியிருக்கலாம்.

இப்போது அவன் தொடுவானத்தில் தங்களுக்கு முன்னால் ஏதோ ஒரு லேசான மினுமினுப்பு – கொல்லன் உலை மினுமினுப்புப் போன்ற ஒன்று – தோன்றியது. தொலைத்தொடர்புப் பொறியாளன் விமானி ஃபபியேன் தோளைத் தொட்டான். ஆனால் ஃபபியேன் அசையவில்லை.

தூரத்துப் புயலொன்றின் தொடக்க அலைகள் விமானத்தைத் தாக்கத் தொடங்கின. கனமான உலோகப் பகுதிகள் பொறியாளன்மீது சாய்ந்து அவனைச் சற்று ஆகாயத்தில் தூக்குவது போலிருந்தது. பின்னர் அவை மறைவதுபோலும், உருகிவிடுவதுபோலும் இருந்தன. இரவில் அவன் தனியாக மிதப்பது போலிருந்தது. அப்போது இரும்புக் குழாய்களைக் கெட்டியாகப் பிடித்துக்கொண்டான்.

அவனுக்கு விமானி இருப்பிடத்தில் ஒளிர்ந்து கொண்டிருந்த சிவப்பு விளக்கு மட்டுமே தெரிந்தது. உடல்

சில்லிட்டது. சுரங்கத்தொழிலாளி பயன்படுத்தும் ஒரு சிறு விளக்கைத் தவிர வேறு எந்தத் துணையும் இல்லாமல் இரவின் உச்சத்தையடையும் உணர்வு ஏற்பட்டது. விமானி என்ன முடிவெடுக்கிறான் என்று தெரிந்து கொள்ள அவனைத் தொந்தரவு செய்ய விரும்பவில்லை. இரும்புக் கம்பியை இறுக்கிப் பிடித்துக்கொண்டு, முன்னால் குனிந்து இருள் கவ்விய அவன் பிடரியைப் பார்த்துக்கொண்டு நின்றான்.

மங்கிய ஒளியில், அவனுடைய ஆடாத அசையாத தலையும், தோள்களும் மட்டுமே தெரிந்தன. அந்த உடல் கருமைத் திரளாகச் சற்று இடதுபக்கம் சாய்ந்திருந்தது. ஒளிக்கீறல்களாகத் தெரியும் புயலையே பார்த்துக்கொண்டிருந்தது அந்த முகம். தொலைத்தொடர்புப் பொறியாளனுக்கு அந்த முகத்தில் வெளிப்படும் எதிர்வினைபற்றி ஒன்றும் தெரியவில்லை. அந்த வெளிறிய முகத்திற்கும் ஒளிக் கீற்றுகளுக்கும் இடையே நடக்கும் பரிமாற்றத்தின்போது, அந்த முகத்தில் ஏற்படும் கடுமை, உறுதிப்பாடு, கோபம் ஆகியவற்றை அவனால் பார்க்கமுடியவில்லை.

இருப்பினும், அசையாமலிருக்கும் அந்த உடலில் ஆற்றலின் திரட்சியை அவனால் உணர முடிந்தது. அவன் அதனைக் கண்டு வியந்தான். அது அவர்களைப் புயல் பக்கம் கொண்டுபோனது, அதே சமயம் அது ஒரு கவசமாகவும் செயல்பட்டது. விமான இயக்கக் கட்டுப்பாட்டுப் பகுதிகள்மீது பதிந்திருக்கும் அந்தக் கைகள் ஒரு மிருகத்தின் பிடரியை அமுக்குவதுபோல் புயலை அடக்கிப் பிடித்திருக்கக் கூடும். அவனுடைய தோள்கள் அசைவின்றி இருந்தன. அளவற்ற ஆற்றலை அடக்கிவைத்திருந்தது வெளிப்படையாகத் தெரிந்தது.

விமானிதான் எல்லாவற்றிற்கும் பொறுப்பு என்று தொலைத்தொடர்புப் பொறியாளன் நினைத்தான். ஆகவே, வாகனத்தின் பின் இருக்கையில் அமர்ந்து பயணம் செய்பவன்போல் எல்லாவற்றையும் ரசிப்பதில் அவன் ஈடுபட்டான். பெருந்தீயை நோக்கி விரையும் விமானத்தின் வேகத்தை ரசித்தான். அவனுக்கெதிரில் உருண்டு திரண்டிருக்கும் அந்த உருவம் அவ்வளவு பலமாகவும் பளுவாகவும் இருந்ததைப் பார்த்து ரசித்தான். அது வலிமைக்கு உத்தரவாதம் அளிப்பதையும் கண்டு ரசித்தான்.

இடதுபுறமாக விட்டுவிட்டு எரியும் ஒரு கலங்கரை விளக்குப்போல் புதிதாக ஒரு தீ மையம்கொள்ள ஆரம்பித்தது.

தொலைத்தொடர்புப் பொறியாளன் விமானியின் தோள்களைத் தொட்டு எச்சரிக்க விரும்பினான். ஆனால், விமானியே மெதுவாகத் தன் தலையைத் திருப்பி, புதிதாக முளைத்த அந்த எதிரியைச் சிறிது நேரம் பார்த்துவிட்டு, பின்னர் பழைய நிலைக்கே திரும்பினான். அவன் தோள்கள் அசையவில்லை. தலை இருக்கையில் சாய்ந்தபடியே இருந்தது.

❖

8

ரிவியேர் வெளியில் சென்று சற்று நடந்து தன் மனசஞ்சலத்தைப் போக்கிக்கொள்ள நினைத்தார். செயலாக்கத்தை – சம்பவங்கள் நிறைந்த செயலாக்கத்தைத் – தேடிக்கொண்டிருப்பவர் விசித்திரமான வகையில் வரும் பிரச்சினைகளையெல்லாம் தன் சொந்தப் பிரச்சினைகளாகி வருவதை உணர்ந்தார். யோசனை செய்துபார்த்தார். சிறுசிறு நகரங்களில் வாழும் நடுத்தரமக்கள் நிம்மதியாக இசையை ரசித்துக்கொண்டு காலத்தைக் கழித்தாலும், அவர்கள் வாழ்க்கையிலும் சில முக்கிய சம்பவங்கள் நிகழத்தான் செய்கின்றன. நோய், காதல், மரணம் ஆகியவையெல்லாம் முக்கிய சம்பவங்கள்தானே? ஒரு வேளை ... அவருடைய துன்பம் பல உண்மைகளை உணர்த்துகின்றது; "ஒரு சில சன்னல்களைத் திறக்கின்றது," என்பதை அவர் உணர்ந்தார்.

இரவு மணி பதினொன்று. அவர் தன்னைப் போதுமான அளவிற்கு ஆசுவாசப்படுத்திக்கொண்டு தன் அலுவலகம் நோக்கிக் கால்நடையாகச் சென்றார். திரைப்பட அரங்கு வாயிலில் மக்கள் கூட்டம் அலைமோதியது. கூட்டத்தை இடித்துக்கொண்டு முன்னேறினார். போகும் வழியில் அவர் வானத்தை உற்றுநோக்கினார். குறுகலான சாலை. மின்விளக்குகளின் வெளிச்சத்துனூடே விண்மீன்கள் கண் சிமிட்டிக்கொண்டிருந்தன. அப்போது அவர் நினைத்தார்: "என்னுடைய இரண்டு மெயில் விமானங்களும் வானில் இருக்கும்போது, இந்தப் பரந்து விரிந்த வானம் முழுவதும் என் பொறுப்பில்தான் இருக்கின்றது. அதோ அந்த விண்மீன்கூட ஒரு சமிக்ஞையாகும். அது என்னை இக்கூட்டத்தில் தேடிப்பிடித்துக் கண் சிமிட்டுகின்றது. ஆகையால்தான் நான் மற்றவர்களை விட்டுச் சற்று விலகியிருக்கிறேன். அந்நியப்பட்டதுபோல் உணர்கிறேன்."

நேற்று தன் நண்பர்களுடன் ஓர் இசையைக் கேட்டுக் கொண்டிருந்தார். அவற்றில் சில சுரங்கள் நினைவுக்கு

வந்தன. அந்த நண்பர்கள் சொன்னார்கள்: "இந்தக் கலைப் படைப்பு உங்களுக்கும் புரியவில்லை, எங்களுக்கும் புரியவில்லை. ஆனால், ஒரு வேறுபாடு. நாங்கள் புரியவில்லை என்பதை ஏற்றுக்கொள்கிறோம், நீங்களோ ஏற்றுக் கொள்ளவில்லை."

"இருக்கலாம்..." என்று பதிலளித்தார்.

இந்த மாலைப் பொழுதைப் போல் பலதடவை, அவர் தன் தனிமையை உணர்ந்திருக்கிறார். ஆனால், வெகுவிரைவிலேயே, அத்தனிமையின் சாதகமான பலன்களைப் புரிந்துகொள்வார். நாலாபுறமும் கேட்கும் ஒலிகளுக்கு மத்தியில் மெதுவாக – இரகசியமாக – அந்த ரம்மியமான இசை அவர் காதில் வந்து ஒலிக்கும். அதுபோலத்தான் அந்த விண்மீனின் செய்தியும். அங்குக் கூடியிருக்கும் மக்களின் தலைகளுக்குமேல் விண்மீன் அனுப்பும் அச்செய்தியை அவர் மட்டுமே அறிவார்.

சாலையோரத்தில் அவரை இடித்துக்கொண்டு போனார்கள். அவர் நினைத்தார்: "நான் அவர்கள்மீது கோபப்பட மாட்டேன். கூட்டத்துக்கு மத்தியில் நோயுற்ற ஒரு பிள்ளையை அழைத்துக்கொண்டு மெதுவாகச் செல்லும் ஒரு தகப்பனைப் போன்றவன் நான். அவன் தன் நிசப்தமான வீட்டின் நினைவைச் சுமந்து செல்வானல்லவா?"

அங்கு சென்ற மனிதர்கள்மீது தன் பார்வையைப் படரவிட்டார். அவர்களில் யார்யார் ஒரு புதிய கண்டுபிடிப்பையோ அல்லது ஒரு காதலையோ மனத்தில் சுமந்துகொண்டு மௌனமாகப் பயணிக்கிறார்கள் என்று தேடினார். கலங்கரைவிளக்கங்களாக விளங்கக்கூடியவர்களின் தனிமையைப் பற்றிய சிந்தனை அவருக்கு வந்தது.

விமான நிலையத்தின் அமைதியான அலுவலகங்களை அவருக்குப் பிடிக்கும், அவற்றை அவர் மெதுவாக, ஒன்றன்பின் ஒன்றாகக் கடந்து சென்றார். அவர் காலடி ஓசை மட்டுமே அங்கு எதிரொலித்தது. தட்டச்சு இயந்திரங்கள் மூடப்பட்டிருந்தன. பிரமாண்டமான அலமாரிகளில் கோப்புகள் பத்திரமாகப் பாதுகாக்கப்பட்டிருந்தன. அவற்றில் பத்து வருட அனுபவமும் உழைப்பும் பதிவு செய்யப்பட்டிருந்தன. வங்கியொன்றில் செல்வங்களைச் சேமித்துவைக்கும் கீழ்த்தளத்துக்குள் நடந்துசெல்லும் உணர்வு மேலிட்டது. அவருடைய அலுவலகங்களில் பாதுகாக்கப்பட்ட பதிவேடுகள் தங்கத்தைவிட மேலான உயிராற்றலைப் பெற்றிருந்தன. வங்கிகளின் தங்கக்குவியலைப் போல் அவ்வுயிராற்றல் அங்கு உறங்கிக் கொண்டிருந்தது.

எங்காவது இரவுப் பணியில் ஈடுபட்டிருக்கும் செயலர் ஒருவர் தென்படுவார். அவர் வாழ்க்கை தொடர்ந்து செல்வதற்கும், மனவுறுதி தளராமலிருப்பதற்கும், பிரான்ஸ் நாட்டின் துலூசிலிருந்து அர்ஜெண்டினாவின் புயேனோசைரிஸ் வரையிலுள்ள அத்தனை நிலையங்களிலும் தொடர்புகள் விட்டுப் போகாமலிருப்பதற்கும் உழைத்துக்கொண்டிருந்தார் எனலாம்.

"தான் எவ்வளவு உயர்ந்தவன் என்று அந்த மனிதனுக்கே தெரியாது."

மெயில் விமானங்கள் எங்கோ போராடிக்கொண்டிருக்கின்றன. இரவில் விமானப் பயணம் ஒரு நோயாளியைப் போன்றது. எப்போதும் கண்ணயராதிருந்து பார்த்துக்கொள்ள வேண்டும். போராடிக்கொண்டிருக்கும் மனிதர்களுக்கு அவர் உறுதுணையாக இருக்க வேண்டும். அவர்கள் கைகளாலும் முழங்கால்களினாலும் மார்பினாலும் இருளை எதிர்கொள்கின்றனர். சுற்றிலும் கண்களுக்குத் தெரியாமல் எல்லாமே நகர்ந்துகொண்டிருப்பதைத் தவிர அவர்களுக்கு எதுவுமே தெரியாது. இருளில் அவர்கள் கடலிலிருந்து தப்பிப்பதுபோல் கைகளைக் கொண்டு தப்பிக்க வேண்டும். சில சமயங்களில் அவர்கள் "விளக்கொளியில்தான் நான் என் கைகளைப் பார்த்துக்கொள்ள வேண்டியிருக்கும்" என்று சொல்லும்போது அது ஒரு பயங்கரமான வாக்குமூலமாகத் தெரியும். கைகளின் மென்மையான மேல்பாகத்தைப் பார்ப்பதற்காகப் புகைப்பட இருட்டறையில் பயன்படுத்தப் படும் சிவப்பு விளக்கொளி போன்ற ஓர் ஒளி தேவைப்பட்டது. ஆனால், அந்த ஓர் ஒளிதான் அங்கு மிஞ்சியிருந்தது. அதனைக் காப்பாற்றியே ஆக வேண்டிய நிலை.

ரிவியேர் பணி அறையின் கதவைத் தள்ளித் திறந்தார். அங்கு ஒரு மூலையில் ஒரேயொரு விளக்கு எரிந்து ஒளிபரப்பிக்கொண்டிருந்தது. ஒரேயொரு தட்டச்சுப் பொறி இயங்கி அங்கு நிலவிய நிசப்தத்தைக் கலைத்துக்கொண்டிருந்தது. ஆனால், முழுமையாகவன்று. அவ்வப்போது தொலைபேசி ஒலித்தது. திரும்பத்திரும்ப, இடைவிடாமல், சோகமாக ஒலிக்கும் அத் தொலைபேசியை நோக்கி அங்கு பணிபுரியும் செயலர் எழுந்து சென்றார். அதனை எடுத்துக் காதுகொடுத்துக் கேட்டவர் முகத்தில் இருந்த சஞ்சலம் மறைந்தது. இருண்டு கிடந்த ஒரு மூலையில் ஓர் அமைதியான உரையாடல் நடைபெற்றது. பின்பு, கலக்கமின்றி அவர் தன் மேசைக்குப் போய்விட்டார். தனிமையிலும் இருளிலும் அவர் முகம் ஏதோ ஒரு மர்மத்தை மறைத்தது. அதனை யாரும் கண்டுபிடிக்க முடியாது. வானில் இரண்டு மெயில் விமானங்கள் பறந்துகொண்டிருந்தபோது, அங்கு வந்த அந்த அழைப்பு என்னவாக இருக்கும்? விமானிகளின் குடும்பங்களுக்கு இரவு நேரத்தில் வரும் தந்திகளைப் பற்றி ரிவியேர் சிந்திக்கலானார். அப்போது ஒரு விபத்து என்ற செய்தி வந்திருந்தால், குடும்பத் தலைவர் முகத்தில் ஒரு நிமிடம் நிலவும் மௌனத்தைப் பற்றிச் சிந்தித்தார். அவர் எழுப்பும் கூக்குரல் முதலில் ஓர் சிற்றலையாக, மெதுவாக ஆரம்பித்துப் பின்னர் ஓர் பேரலையாக ஒலிக்கும். அதுபோலத்தான் ஈனசுரத்தில் ஒலிக்கும் தொலைபேசியின் சத்தமும் ரிவியேருக்குக் கேட்கும். தனிமையின் பளுவால் மெல்ல நடந்து விளக்கை நோக்கிச் செல்லும் அவர் தண்ணீரின் அடியிலிருந்து மேலேறிக்கொண்டிருக்கும் ஒரு நீச்சல் வீரரைப் போல் ஏராளமான இரகசியங்களைச் சுமந்துசென்றார்.

"நீங்கள் இருங்கள். நான் தொலைபேசியை எடுக்கிறேன்."

அவர் எடுத்து ஒரு கலங்கலான சத்தத்தைக் காதில் வாங்குகிறார்.

"இங்கு நான் ரிவியேர் பேசுகிறேன்."

ஒரு சிறிய குழப்பத்துக்குப் பின் "இதோ, தொலைத்தொடர்புப் பொறியாளரிடம் கொடுக்கிறேன்," என்று ஒரு குரல் சொன்னது.

மீண்டும் ஒரு சிறு குழப்பம். கம்பிவடங்களைச் சொருகும் சத்தம். பொறியாளரின் குரல் கேட்டது.

“இங்கு விமான நிலையப் பொறியாளர் அறையிலிருந்து பேசுகிறேன். உங்களுக்குச் சில தந்திகள் அனுப்புகிறேன்.”

அவற்றைக் குறித்துக்கொண்ட ரிவியேர் தலையை அசைத்துக் கொண்டு:

“நல்லது, நல்லது,” என்றார்.

முக்கியமானதொன்றும் இல்லை. வழக்கமாக வரும் தந்திகள்தான்: ரியோ டி ஜனேரொ ஒரு தகவல் கேட்டது, மாண்டிவிடியோ காலநிலைமைப் பற்றிப் பேசியது, மெண்டோசா தேவையான பொருட்கள் குறித்துப் பேசியது. இவையெல்லாம் விமான நிலையத்துக்கு அன்றாடம் வரும் செய்திகள்தான்.

“மெயில் விமானங்கள் எப்படி?”

“புயல் உருவாகிக்கொண்டிருக்கிறது. விமானங்களின் ஒலி காதில் கேட்கவில்லை.”

“சரி.”

ரிவியேர் யோசனையில் ஆழ்ந்தார். இங்கு இரவு எவ்விதச் சலனமும் இல்லாமல் நகர்ந்துகொண்டிருக்கிறது. நட்சத்திரங்கள் பிரகாசமாக இருக்கின்றன. ஒரு வேளை தொலைத்தொடர்புப் பொறியாளர்கள் வெகு தூரத்தில் உருவாகும் புயல் சின்னத்தை உணர்ந்திருக்கக்கூடும்.

“கொஞ்ச நேரம் கழித்துப் பேசலாம்.”

அவர் எழுந்திருந்தார். உடனே, செயலர் அவரிடம் வந்து: “சேவைக் குறிப்புகளுக்கு, உங்கள் கையொப்பம் வேண்டும்,” என்றார்.

“சரி.”

ரிவியேருக்கு அவர் மீதுள்ள நட்பு அதிகரித்தது. அந்தச் செயலாளரும் இரவின் சுமையை உணர்ந்துகொண்டிருந்தார். “ஒரு சக போராளி,” என்று ரிவியேர் நினைத்தார். “இந்த இரவுக் காவல் எங்கள் இருவரையும் எவ்வாறு இணைக்கின்றதென்று அவருக்குத் தெரிந்திருக்க வாய்ப்பில்லை.”

9

கையில் ஒரு கட்டுக் காகிதங்களோடு ரிவியேர் தன் பிரத்தியேக அலுவலகத்துக்குச் சென்றார். அப்போது அவருடைய மார்பின் வலதுபக்கத்தில் சுரீரென்று ஒரு வலி ஏற்பட்டது. சில வாரங்களாகவே அதுபோன்ற வலி அவரைத் துன்புறுத்திக்கொண்டுதான் இருந்தது.

“சரியில்லை...”

ஒரு வினாடி சுவரில் சாய்ந்துகொண்டார்.

“இது ஏளனமாக இருக்கிறது.”

பின் தன் நாற்காலியைச் சென்றடைந்தார்.

கட்டுண்ட சிங்கத்தைப் போன்ற எண்ணம் அவருக்கு வந்தது. ஒரு பெரிய சோகம் அவரை ஆட்கொண்டது.

“இவ்வளவு நாள் வேலை செய்தது இதற்குத்தானா? வயது ஐம்பது. ஐம்பது ஆண்டுகளாக என் வாழ்க்கையை நிறைவானதாக்க உழைத்தேன், போராடினேன். பல நிகழ்வு களின் போக்கையே மாற்றியமைத்தேன். அப்படியெல்லாம் இருந்த எனக்கு இப்போது எல்லாவற்றையும் விட முக்கியமாக இந்த வலியை நினைக்க வேண்டியதாயிற்று... வெட்கக் கேடு.”

சற்றுக் காத்திருந்துவிட்டுத் தன் வியர்வையைத் துடைத்துக்கொண்டார். சற்று ஆசுவாசப்படுத்திக்கொண்ட பின்பு தன் வேலையைக் கவனித்தார்.

பொறுமையாகக் குறிப்புகள் எழுத ஆரம்பித்தார்.

“புயேனோசைரிஸில், எஞ்சின் 301 ஐக் கழற்றும்போது ஒரு தவறு நிகழ்ந்தது தெரிந்தது . . . பொறுப்பாளருக்குத் தண்டனை வழங்க வேண்டும்.”

அவர் கையெழுத்திட்டார்.

“ஃப்ளொரினிய பொலிஸ் விமானநிலையம் விதிகளை மதிக்கவில்லை.”

அவர் கையெழுத்திட்டார்.

“தண்டனையாக நிலையத்தின் தலைவர் ரிச்சர்டை வேறொரு இடத்திற்கு மாற்றுவோம். அவர் செய்தது…”

அவர் கையெழுத்திட்டார்.

அவர் உடலில் வலி சற்றுத் தணிந்திருந்தது, ஆனால் மறைய வில்லை. வாழ்க்கைக்கு அது ஒரு புதிய அர்த்தத்தைக் கொடுப்பதுபோல் அதுபற்றி அவர் சிந்திக்க வேண்டிய கட்டாயத்தில் இருந்தார். அவருக்கு அது ஒரு கசப்பான அனுபவம்.

“நான் செய்வது சரியா அல்லது தவறா? எனக்குத் தெரியவில்லை. ஆனால், நான் தண்டனையளித்தால், பழுதுகள் குறைகின்றன. இதற்கெல் லாம் பொறுப்பு மனிதர்களல்லர். ஏதோ ஒரு மர்மமான சக்தி. அந்தச் சக்தியை ஆட்டிவைக்க வேண்டுமானால், மனிதர்களை ஆட்டிவைக்க வேண்டும். நான் செய்வது ஒருபோதும் தவறாக இருக்கக்கூடாது என்று நினைத்துக் கொண்டிருந்தால், இரவில் ஒவ்வொரு வான் பயணமும் மரணத்தில்தான் போய் முடியும்.”

இவ்வளவு கடுமையான வழியைத் தேர்ந்தெடுத்தது, அவருக்கு ஒரு விதக் களைப்பைத் தந்தது. அனுதாபப்படுவது ஒருவேளை நல்லதாக இருந்திருக்கலாமென்று நினைத்தார். ஆனால், அந்த சமயம் பார்த்து, எதிரே இருந்த குறிப்புகள் அவர் கவனத்துக்கு வந்தன.

“ரொப்ளேவைப் பொறுத்தவரையில், இன்றிலிருந்து அவர் நம்மோடு பணியாற்றமாட்டார்.”

அந்த முதியவரும் அவருடன் முந்தைய நாள் நடத்திய உரையாடலும் நினைவுக்கு வந்தன.

“ஒரு முன்னுதாரணம்… என்ன செய்ய? ஒரு முன்னுதாரணம் வேண்டும்…”

“ஆனால், ஐயா… ஐயா. ஒரே ஒரு தடவை… நினைத்துப் பாருங்கள். நான் ஆயுள் பூராவும் உழைத்திருக்கிறேன்.”

“எனக்கு ஓர் எடுத்துக்காட்டு வேண்டும்.’

“சரி, ஐயா… இதைப் பாருங்கள்.”

ஒரு பழைய தாள். நாளிதழ் ஒன்றிலிருந்து வெட்டியெடுக்கப்பட்ட செய்தி. அதில் இளவயது ரொப்லே விமானமொன்றின் அருகில் நிற்கும் புகைப்படம்.

அந்தப் பெருமைவாய்ந்த படத்தை அப்பாவித்தனமாக ஏந்தியிருக்கும் கைகள் நடுங்குவதைக் கவனித்தார் ரிவியேர்.

இது 1910ஆம் ஆண்டு எடுத்த படம், ஐயா… நான்தான் அர்ஜெண்டினா விமானத்திற்கு உதிரிப் பாகங்கள் பொருத்திவைத்தேன்! விமானநிலைய

சேவையிலேயே இருபது ஆண்டுகள் கழித்துவிட்டேன். ஆகவே, நீங்கள் இப்படிச் சொல்வது நியாயமா? இப்போது வேலையில் சேர்ந்திருக்கும் இளைஞர்கள் என்னைப் பார்த்துச் சிரிக்கமாட்டார்களா? வாய்விட்டுச் சிரிப்பார்கள் ஐயா."

"அதுபற்றி எனக்குக் கவலையில்லை."

"என் பிள்ளைகள்? எனக்குப் பிள்ளைகள் இருக்கிறார்கள், ஐயா!"

"அதுதான் சொல்லிவிட்டேனே. உங்களுக்கு விமானநிலையத்தில் வேறொரு வேலை தருகிறேன் என்று."

"என் கௌரவம் என்னாவது? இருபது ஆண்டுகள் வேலை செய்த என் போன்ற ஒரு வயதானவனுக்கு இந்தக் கதியா?"

"சாதாரணத் தொழிலாளியாக இருந்துவிட்டுப் போங்கள்."

"வேண்டாம், ஐயா. வேண்டாம்."

வயது காரணத்தினால் அவர் கைகள் நடுங்கின. சுருக்கங்கள் நிறைந்த, தடித்த, அழகான கைகள் மீதிருந்த அவர் பார்வையை வேறு பக்கம் திருப்பிக்கொண்டார்.

விடியலைத் தேடிய விமானம்

"என்ன, சம்மதம்தானே?"

"இல்லை ஐயா. வேண்டாம்... மீண்டும் ஒரு முறை உங்களுக்கு விளக்குகிறேன்..."

"நீங்கள் போகலாம்."

ரிவியேர் நினைத்தார்: நான் இவ்வளவு பிடிவாதமாக நீக்குவது அவரையன்று. அவர் மூலமாக ஏற்பட்ட தீமையைத்தான் விலக்குகிறேன். அதற்கு அவர் பொறுப்பில்லாமல்கூட இருக்கலாம்... நிகழ்வுகளை நம் கட்டுப்பாட்டில் வைத்திருக்க வேண்டும். அவை நமக்குக் கட்டுப்பட்டால்தான் நாம் ஒன்றை உருவாக்க முடியும். மனிதர்களும் பாவம்தான். அவர்களையும் உருவாக்க முடியும். ஆனால், அவர்கள் மூலம் தீமை விளைந்தால், அவர்களை ஒதுக்கிவைக்கத்தான் வேண்டும்.

"மீண்டும் ஒருமுறை உங்களுக்கு விளக்குகிறேன்..." என்றார். பாவம். அந்த வயதானவர் எதை விளக்க விரும்பினார்! அவருடைய மகிழ்ச்சியைக் கெடுக்கிறோம் என்று சொல்ல விரும்பினாரா? தன்னுடைய கருவிகள் விமானத்தின் மீது எழுப்பும் ஒலியை அவர் ரசித்துக்கொண்டிருந்தார் என்றும், அந்த இசைதரும் ஆனந்தத்தை அவர் கேட்கமுடியாமல் வாழ வேண்டிவரும் என்று சொல்ல நினைத்தாரா?

தான் மிகவும் களைப்படைந்திருப்பதை உணர்ந்தார். உள்ளுக்குள் மெல்ல மெல்ல ஜுரம் அதிகரித்தது. தான் எழுதிவைத்திருந்த தாளைத் தடவிக்கொண்டே அவர் நினைத்தார்: "எனக்கு நீண்ட நாள் பழகிய அந்த முகம் பிடிக்கும்." அவ் வயதானவர் கைகள் அவர் கண்ணிலேயே நின்றன. அவை மெல்ல எழுந்து குவியும் அசைவுகள் மனக் கண்முன் தோன்றின. "சரி, சரி, இருந்துவிட்டுப் போங்கள்," என்று மட்டும் சொன்னால் அவரிடம் பொங்கி எழக்கூடிய ஆனந்தத்தைக் கற்பனை செய்து பார்த்தார். அந்த முதியவரின் முகத்தில் மட்டுமன்றி, அவருடைய கைகளிலும் வெளிப்படும் மகிழ்ச்சி – அதுதான் உலகத்தில் மிகவும் அழகான காட்சியாக இருக்கும். "அப்படியானால், அவரை நீக்கும் உத்தரவைக் கிழித்துப் போட்டுவிடவா?" மாலையில் வீடு திரும்பும்போது அவருடைய குடும்பம், அவருடைய கௌரவம் அனைத்தும் காப்பாற்றப்பட்டுவிடும் அல்லவா?

"'சரி. நீங்கள் இருந்துவிட்டுப் போங்கள்,' என்று விட்டுவிடவா?"

"நான்தான் அர்ஜெண்டினா விமானத்திற்கு உதிரிப் பாகங்கள் பொருத்திவைத்தேன்!" என்று சொன்னது காதில் ஒலித்துக்கொண்டே இருந்தது.

இளம் தொழிலாளிகள் சிரிக்கமாட்டார்கள். முதியவரது கௌரவம் காப்பாற்றப்பட்டுவிடும்.

"அப்போ, நான் இந்த பணிவிலக்குக் கடிதத்தைக் கிழித்துப் போட்டுவிடவா?" ரிவியேர் தன்னையே கேட்டுக்கொண்டார்.

தொலைபேசி மணி அடித்தது. அவர் தொலைபேசியை எடுத்தார்.

சிறிது நேரம் நிசப்தம். பின்பு, காற்றின் ஓசை ஏதோ ஓர் ஆழத்திலிருந்து வருவதுபோல் இருந்தது. அதன்பின் ஒரு குரல் பேசுவது கேட்டது.

"இது தரைத் தளம். அங்கு யார் இருக்கிறார்?"

"ரிவியேர்."

"இயக்குநர் ஐயா. 650 தடத்துக்கு வருகிறது."

"நல்லது."

"ஒருவாறாக எல்லாம் தயாராக இருக்கிறது. கடைசி நிமிடத்தில் மின்சுற்றுப் பாதையை மாற்ற வேண்டியிருந்தது. தொடர்புகள் விட்டுப் போயிருந்தன."

"சரி. யார் முதலில் மின்சுற்றுப் பாதையை அமைத்தது?"

"உறுதி செய்கிறோம். நீங்கள் அனுமதித்தால், தண்டனைகூட வழங்கலாம். விளக்கு எரியாமல் போவது பெரிய பிரச்சினையாகி விடக்கூடும்."

"நிச்சயமாக."

ரிவியேர் நினைத்தார்: "தீமை எங்கிருந்தாலும், அதனை உடனுக்குடன் களையாவிட்டால், இதுபோல் மின்சாதனம் பழுதாகிவிடும். கருவிகள் காட்டும் எண்களைப் பார்க்க வேண்டியிருக்கும்போது விளக்கொளி இல்லாமல் போனால், அது பெரிய ஆபத்தாகிவிடும். ஆகவே ரொப்லே போய்விடத்தான் வேண்டும்."

இதையெல்லாம் கவனிக்காமல், செயலர் தட்டச்சு செய்துகொண்டிருந்தார்.

"அது என்ன?"

"இரண்டுவாரக் கணக்குவழக்கு, ஐயா."

"அது ஏன் இன்னும் தயாராகவில்லை?"

"நான்..."

"அதை இப்போதே பார்த்தாக வேண்டும்."

செடிகொடிகளின் ஆக்கிரமிப்பால் பிரமாண்டமான ஆலயங்கள் வீழ்ந்து போனது ரிவியேரின் நினைவுக்கு வந்தது. "நிகழ்வுகள் எவ்வாறு நம்மைத் திக்குமுக்காட வைக்கின்றன என்பதைப் பார்க்கும்போது வியப்பாக இருக்கின்றது. ஏதோ ஒரு மர்மமான ஆற்றல் செயல்பட்டுக்கொண்டிருப்பதுபோல் தெரிகின்றது. அதுதான் அடர்ந்த காடுகளை ஆட்டிப்படைக்கின்றது. வளர்க்கின்றது. பலத்தைக் காட்டுகின்றது. மாபெரும் படைப்புகளை மண்ணாக்குகின்றது."

"ஒரு மாபெரும் சாதனை."

தன்னை நியாயப்படுத்திக்கொள்ள நன்றாகச் சிந்தித்துப் பார்த்தார். "இந்த மனிதர்களையெல்லாம் எனக்குப் பிடிக்கும். நான் அவர்களை

எதிர்த்துப் போராடவில்லை. நான் போராடுவது, அவர்கள் மூலம் ஏற்படும் தீமைகளைத்தான்."

அவர் இதயம் படபடத்தது. அதனால் வலி ஏற்பட்டது.

"நான் செய்தது சரியா என்று எனக்குத் தெரியவில்லை. நான் மனித வாழ்க்கையின் உண்மையான மதிப்பைப் பற்றியோ நீதியைப் பற்றியோ வேதனையைப் பற்றியோ அறிந்தவனல்லன். எனக்கு மனிதனின் மகிழ்ச்சியைப் பற்றித் தெரியாது. நடுங்கும் கைகளைப் பற்றி நான் கவலைப் பட்டதில்லை. அனுதாபம், சுகம் எல்லாம் எனக்குத் தெரியாது..."

கனவு கண்டார்.

"வாழ்க்கையில் முரண்பாடுகள் தோன்றுகின்றன. எப்படியாவது வாழ்ந்துவிடலாம் என்ற எண்ணம் ஏற்படுகிறது. ஆனால், நிலைத்து நிற்க வேண்டும். சாதனை படைக்க வேண்டும். அதாவது, அழிந்துபோகக்கூடிய நமது உடலைக் கொடுத்து..."

ரிவியேர் சற்று சிந்தித்துவிட்டு, மணியை ஒலிக்கச் செய்தார்.

"ஐரோப்பிய மெயிலின் விமானியைத் தொலைபேசியில் தொடர்பு கொண்டு, அவர் புறப்படும் முன் என்னை வந்து பார்க்கச் சொல்லுங்கள்."

அவர் சிந்தித்தார்.

"அந்த மெயில் தேவையின்றித் திரும்பிவிட வேண்டாம். மனிதர் களை நான் உசுப்பிவிடாவிட்டால், இரவு எப்போதும் கவலையை ஏற்படுத்திக்கொண்டே இருக்கும்."

❖

10

தொலைபேசியின் ஒலி கேட்டது. ஐரோப்பிய மெயில் விமானியின் மனைவி எழுந்து தன் கணவனைப் பார்த்து நினைத்தாள்:

"அவரை நான் இன்னும் கொஞ்ச நேரத்திற்குத் தூங்கவிடுகிறேன்."

திறந்து கிடந்த அவள் கணவனின் பரந்து விரிந்த மார்பு, அவளுக்கு ஓர் அழகான கப்பலை நினைவூட்டியது. அதைப் பார்த்து வியந்துகொண்டிருந்தாள்.

அவன் படுத்திருந்த கட்டில் ஓர் அமைதியான துறைமுகம். அதில் அவன் தூக்கத்தை எதுவும் கலைத்துவிடக் கூடாதென்று தன் தெய்வீக விரலால் போர்வையின் அந்த மடிப்பை – அந்த நிழலைச் சரிசெய்தாள்.

பின்னர் எழுந்து சன்னலைத் திறந்தாள். காற்று அவள் முகத்தை வருடிச் சென்றது. அந்த அறையிலிருந்து புயேனோசைரிஸ் நகரம் முழுவதையும் பார்க்கலாம். அருகிலிருந்த வீடொன்றில் நடனமும் பாட்டும் ஆரவாரத்தை ஏற்படுத்திக்கொண்டிருந்தன. காற்றில் சில பாடல்வரிகள் மிதந்துவந்தன. அவர்கள் மகிழ்ச்சியாக இருந்துவிட்டு ஓய்வெடுக்கப்போகும் நேரம் அது. அந்த நகரம் லட்சக் கணக்கான கோட்டைகளுக்குள் மனிதர்களை இறுக்கிப் பிடித்துவைத்திருந்தது. அதில் பாதுகாப்பும் அமைதியும் உறுதிசெய்யப்பட்டிருந்தன. அந்த சமயம் பார்த்துத் திடீரென போர்க்குரல் ஒன்று முழங்கினால், எழுந்துசெல்லும் ஒரே ஆளாக அவள் கணவன் மட்டுமே இருப்பான். இப்போது அவன் ஓய்வெடுத்துக்கொண்டிருந்தான். அவனுடைய ஓய்வானது ஆற்றலை அடக்கிவைத்திருக்கும் ஓய்வு. அவ்வாற்றல் பீரிட்டு எழக்கூடியது. அப்படி எழும்போது தூங்கிக்கொண்டிருக்கும் இந்த நகரம் அவனுக்கு எந்த பாதுகாப்பையும் அளிக்காது. அதன் தூசியிலிருந்து ஒரு மனிதக் கடவுளாக அவன் எழும்போது எரிந்துகொண்டிருக்கும்

விளக்குகள் அவனுக்குத் தேவைப்படப் போவதில்லை. அவனுடைய வலுவான கைகளை அவள் பார்த்தாள். அக் கைகள் இன்னும் சற்று நேரத்தில் ஐரோப்பிய மெயிலை வழிநடத்தும் – பெரும் நகரத்தின் தலைவிதியை நிர்ணயிக்கும் மகத்தான பணியைச் செய்யப்போகின்றன. எனினும், அவள் மனதுக்குள் வேதனை இருந்தது. லட்சக்கணக்கானவர்கள் மத்தியில், அவள் கணவன் மட்டுமே விசித்திரமான தியாகம் ஒன்றுக்குத் தயாராகிக்கொண்டிருந்தான். அவளுக்கு மன அழுத்தம் ஏற்பட்டது. அவள் அவனுக்குச் செய்யும் பணிவிடைகளைக்கூட துறக்க வேண்டி இருந்தது. அவள் அவனுக்கு உணவளித்ததும், அவனைக் கண்கொட்டாமல் பார்த்துக்கொண்டதும், அவன் ஸ்பரிசத்தைத் தொட்டுத் தடவியதும் அவளுக்கென்றில்லாமல், அவனை அழைத்துச் செல்லப்போகும் இரவுக்காகவென்று ஆகிவிடப் போகிறது. அவனுடைய போராட்டங்கள், மன அழுத்தங்கள், வெற்றிகள் ஆகியவற்றை அவள் அறியப்போவதில்லை. மிருதுவான அவன் கைகள் இப்போது அடங்கியிருக்கின்றன. ஆனால் அவை ஆற்றப்போகும் செயல்கள்பற்றி அவளுக்கு ஒன்றும் தெரியாது. அவனுடைய புன்னகையைப் பற்றியும், கணவன் – காதலன் என்ற முறையில் அவன் பாசத்தைப் பற்றியும்தான் அவள் அறிவாள். ஆனால், புயல் வீசும்போது அவனுக்கு ஏற்படும் கோபத்தைப் பற்றி அவள் அறிந்திருக்க வில்லை. இசை, மலர்கள், காதல் ஆகிய அனைத்தையும் அவள் அவனுக்குக் கிடைக்கச் செய்து, பந்தங்களை வலுபெறச் செய்துகொண்டிருந்தாள். ஆனால், அவன் வீட்டை விட்டுக் கிளம்பும்போதே, அந்த பந்தங்களெல்லாம் வீழ்ந்துவிடும். அதுபற்றி அவன் துன்பமடைவதுபோல் தெரியவில்லை.

அவன் கண்களைத் திறந்தான்.

"மணி என்ன?"

"நடுச் சாமம்."

"காலநிலை எப்படி இருக்கிறது?"

"தெரியவில்லை..."

அவன் எழுந்ததும் மெதுவாக, சோம்பல் முறித்துக்கொண்டே, சன்னல் பக்கம் போனான்.

"குளிர் அதிகமிருக்காது. காற்று எந்தத் திசையில் வீசுகிறது?"

"எனக்கு எப்படித் தெரியும்?"

குனிந்து பார்த்தான்.

"தெற்கு திசை நோக்கி வீசுகிறது. நல்லதுதான். அது பிரேசில் வரையிலாவது தாக்குப் பிடிக்கும்."

நிலவைப் பார்த்தான். அது அவனுக்கு அது ஒரு பெருஞ்செல்வமாகத் தெரிந்தது. பின்னர் அவன் பார்வை கீழிறங்கி நகரத்தை வட்டமிட்டது. அது அவனுக்கு இதமாகவோ, ஒளி நிறைந்ததாகவோ, சுகம் தருவதாகவோ இல்லை. இன்னும் கொஞ்சம் நேரத்தில், அவ்விளக்கொளிகள் பூமியைப் போல் மாயமாகிவிடும்.

“எதைப்பற்றி நினைக்கிறீர்கள்.”

அவன் ‘போர்ட்டோ அயேக்ரோவை’ ஆக்கிரமித்திருக்கும் பனியைப் பற்றி நினைத்துக்கொண்டிருந்தான். அவன் சொன்னான்:

“அதையெல்லாம் சமாளிப்பதற்கான வியூகம் என் கைவசம் இருக்கிறது. எங்குப்போய்த் திரும்ப வேண்டுமென்று எனக்குத் தெரியும்.”

கடலில் வெற்றுடம்போடு குதிப்பதற்குத் தன்னைத் தயார் செய்து கொண்டிருப்பவனைப் போல், குனிந்து மூச்சை நன்றாக இழுத்துவிட்டான்.

“நீங்கள் கொஞ்சம்கூட கவலைப்படவில்லையா ?... எத்தனை நாள் போகிறீர்கள் ?”

அவனுக்கே அது தெரியாது. எட்டு நாளாக இருக்கலாம். பத்து நாளாக இருக்கலாம். ஆனால், கவலை வந்து அவனை வாட்டவில்லை. தேவையுமில்லை. தன் விருப்பத்திற்கு, சமவெளிகள், நகரங்கள், மலைகள் ஆகியவற்றையெல்லாம் அவன் வெற்றிகொள்வதற்காகக் கிளம்புகிறான். ஏன், இன்னும் ஒரு மணி நேரத்தில் அவன் புயேனோசைரிஸைக்கூட தன்வசமாக்கிவிட்டு, பின் விடுவித்துவிட்டுச் சென்றுவிடுவான்.

முகத்தில் ஒரு புன்னகை.

இந்த நகரத்தைவிட்டு . . . நான் வெகு சீக்கிரமே வெளியேறி விடுவேன். காஸ் ஹாண்டிலைத் தெற்குப் பக்கம் திருப்பிவிட்டால், பத்து வினாடிகளில் வடக்குப் பக்கத்தில் காட்சி மாறிவிடும். நகரம் கடலின் ஆழம்போல்தான் இருக்கும்.

அவன் கிளம்புவதைத் தடுக்கும் வழியையெல்லாம் அவள் நினைத்துப் பார்த்தாள்.

“உங்களுக்கு உங்கள் வீடு பிடிக்கவில்லையா ?”

“எனக்கு என் வீடு பிடிக்காமலா ?”

ஆனால், அவன் ஏற்கெனவே கிளம்பிவிட்டதுபோல் அவளுக்குத் தெரிந்தது. அவன் பரந்த தோள்கள் ஆகாயத்தில் நீந்துவதுபோல் இருந்தன.

அதனை அவள் அவனுக்குச் சுட்டிக் காட்டிப் பேசினாள்:

“வானிலை சாதகமாகத்தான் இருக்கிறது. வழிநெடுகிலும் நட்சத்திரக் கூட்டங்கள்.”

அவன் சிரிக்கிறான்.

“ஆமாம், ஆமாம்.”

அவள் தன் கையை அவன் தோளின்மீது வைக்கிறாள். அதன் கதகதப்பை உணர்ந்து வியக்கிறாள். அது ஆபத்தை எதிர்கொள்ளப் போகிறதா ?

“நீங்கள் பலமானவர்தான். இருந்தாலும், கவனமாக இருங்கள்.”

“நிச்சயமாக.”

மீண்டும் சிரிக்கிறான்.

அவன் உடுத்திக்கொள்கிறான். நடக்கப்போகும் நிகழ்ச்சிக்கு ஒரு கிராமத்தான்போல் முரட்டுத் துணியிலான ஆடைகளையும், தோலாடைகளையும் தேர்ந்தெடுத்துக்கொள்கிறான். அதுபோன்ற கனமான உடைகளை அவன் அணிவதைக் காணக்காண அவளுக்கு வியப்பு மேலிடுகிறது. அவளே அவனுடைய பெல்ட்டை மாட்டிவிடுகிறாள், அவன் காலணியைச் சரி செய்துவிடுகிறாள்.

“இந்த பூட்ஸ் எனக்குச் சரியில்லை.”

“அதனாலென்ன, வேறொன்று இருக்கிறது.”

“என்னுடைய அவசரகால விளக்கை மாட்ட ஒரு கயிறை எடுத்து வா.”

மீண்டும் அவனையே பார்த்துக்கொண்டு நிற்கிறாள். அவன் உடையில் ஏதாவது குறை இருக்கிறதா என்று கவனித்து, அனைத்தையும் சரிசெய்தாள்.

“உங்கள் அழகே அழகு.”

அவன் கவனமாகத் தலை சீவிக்கொள்வதைப் பார்த்துக் கேட்கிறாள்:

“இவ்வளவும், அந்த நட்சத்திரங்களுக்காகவா ?”

“இல்லை, என் வயதை மறைப்பதற்காகத்தான்.”

“எனக்குப் பொறாமையாக இருக்கிறது.”

அவன் மீண்டும் சிரித்தான். அவளை முத்தமிட்டான். தான் அணிந்திருந்த கனமான ஆடைகளுடன் அவளை இறுக அணைத்துக் கொண்டான். சிரித்துக்கொண்டே, கைகளை விரித்து, அவளைச் சின்னபெண் ஒருத்தியைத் தூக்குவதுபோல் தூக்கி, படுக்கையில் சாய்த்தான்.

“போய், நன்றாகத் தூங்கு,” என்றான்.

பின்னர், கதவைச் சாத்தி விட்டு, வெளியில் வந்து, இரவில் முகம் தெரியாத மனிதர்களின் மத்தியில் நடந்த போது, வெற்றியை நோக்கி முதல் அடி எடுத்து வைத்தான்.

வீட்டுக்குள் இருந்த அவன் மனைவி மலர்களையும், புத்தகங்களையும், இதம் தரும் அனைத்தையும் கவலையோடு பார்த்தாள். அவையனைத்தும் இனிமேல் அவனுக்கு ஆழ்கடலுக்குச் சமமானதே.

11

ரிவியேர் அவனை வரவேற்றார்.

"போன தடவை என்னிடம் நீங்கள் பொய் சொல்லி விட்டீர்கள். காலநிலை நன்றாக இருந்தபோதிலும் தேவையற்ற வகையில் நீங்கள் திரும்பிவிட்டீர்கள். நீங்கள் தொடர்ந்து போயிருக்கலாம். ஏன்? பயம் வந்துவிட்டதா?"

வியப்பில் விமானி வாயடைத்து நின்றான். கைகளை ஒன்றின் மேல் ஒன்றை வைத்து மெல்ல தேய்த்துக்கொண்டான். பின்பு, தலையைத் தூக்கி ரிவியேரை நேராகப் பார்த்தான்.

"ஆமாம்."

அந்தத் துணிவான இளைஞனுக்குப் பயம் ஏற்பட்டதை நினைத்து அவன்மீது பரிதாபப்பட்டார் ரிவியேர். அவன் தன்னை நியாயப்படுத்திக்கொள்ள முயற்சிக்கிறான் என்று நினைத்தார்.

"எனக்கு எதிரே ஒன்றுமே தெரியவில்லை. உண்மையில், வெகு தூரத்தில்... ஒரு வேளை... தந்திச் செய்தியும்கூட உறுதிப்படுத்தியது. விளக்கு மங்கலாகிவிட்டது. என் கைகளைக்கூட பார்க்க முடியவில்லை. விமானத்தின் இறக்கைகளைப் பார்ப்பதற்குத் திசைகாட்டும் விளக்கையும் பயன்படுத்திப் பார்த்தேன். ஒன்றும் தெரியவில்லை. மீண்டு வர முடியாத ஏதோ ஒரு பயங்கரமான பாதாளத்தில் இருப்பதுபோல் உணர்ந்தேன். அச்சமயம் பார்த்து என்னுடைய எஞ்சின் ஆட ஆரம்பித்தது..."

"இல்லை."

"இல்லையா?"

"இல்லை. பின்னர் எஞ்சினைச் சோதித்துப் பார்த்தோம். அதில் எந்தப் பழுதும் இல்லை. பயம் வந்துவிட்டால், எஞ்சின் ஆடுவதுபோல்தான் நினைக்கத் தோன்றும்."

“யாருக்குத்தான் பயம் இருக்காது! இன்னும் சற்று உயரத்துக்குப் போகலாமென்று நினைத்தபோது, பலமான காற்றலைகள் வீசின. அதுபோன்ற காற்று வீசும்போது... ஒன்றுமே கண்ணுக்குத் தெரியவில்லையென்றால் என்னவாகும் என்று உங்களுக்குத் தெரியும்... மேலே ஏறுவதற்குப் பதிலாக, 100 அடி கீழே தள்ளப்பட்டேன். ஜைரோஸ்கொப், மனோமீட்டர், இப்படி எதையுமே பார்க்க முடியவில்லை. எஞ்சினின் வேகம் குறைந்ததுபோலவும், அது சூடானதுபோலவும், எரிபொருளின் அழுத்தம் குறைந்துவிட்டதுபோலவும் தெரிந்தது... இதெல்லாம் இருளில் ஒரு வியாதியைப் போல் நடந்தது. கடைசியில் நகரமொன்றின் விளக்குகள் தென்பட்டதும்தான் நிம்மதியடைந்தேன்.”

“உங்களுக்குக் கற்பனா சக்தி அதிகம். சரி போங்கள்.”

விமானி வெளியேறுகிறான்.

ரிவியேர் நாற்காலியொன்றில் அமர்ந்து, நரைமுடியைக் கையால் வருடிக்கொள்கிறார்.

“என்னுடைய விமானிகளிலேயே இவன்தான் அதிகத் துணிச்சல் கொண்டவன். அவனுடைய இன்றைய வெற்றி மிகவும் பாராட்டப்பட வேண்டியது. இருப்பினும், நான் அவனை அச்சத்திலிருந்துதான் காப்பாற்ற விரும்புகிறேன்.”

பின்னர் அவருக்கு ஒருவித பலவீன எண்ணம் திரும்பிவந்தது.

“மற்றவர்களை நாம் ஈர்ப்பதற்கு அவர்களைப் பார்த்து நாம் அனுதாபப் பட்டால் போதுமானது. ஆனால், நான் அனுதாபப்படுவதில்லை... அப்படி அனுதாபப்பட்டாலும், அதனைக் காட்டிக்கொள்வதில்லை... இருந்தும் எனக்கு நட்பும் அன்பும் தேவைப்படுவதென்னவோ உண்மைதான். மருத்துவர் ஒருவருக்கு அவரது தொழிலில் அதெல்லாம் கிடைக்கும். நான் சாதனை நிகழ்ச்சிகளுக்கு உழைக்கிறேன். மனிதர்களுக்கு நான் அதற்காகப் பயிற்சி கொடுக்கிறேன். மாலை வேளையில், என்னுடைய அலுவலகத்தில், பிரயாணத் தடங்களின் ஆவணங்களை நான் அலசும்போது, அந்த மர்மமான விதி தெரிகின்றது. நான் கொஞ்சம் அலட்சியம் காட்டி, நிகழ்ச்சிகள் சொல்லிவைத்ததுபோல் நடக்கட்டும் என்று விட்டுவிட்டால், உடனே சில அசம்பாவித நிகழ்வுகள் ஏற்படுகின்றன. ஏதோ என்னுடைய விருப்பம்தான் விமான விபத்துகளைத் தடுப்பதுபோலவும், விமானங்களைப் புயல்கள் தாமதப் படுத்துவதைத் தடுத்து நிறுத்துவது போலவும் தோன்றுகிறது. என்னுடைய ஆற்றலைக் கண்டும் சில சமயம் நானே வியப்பதுண்டு.”

அவர் சிந்தனை தொடர்கிறது.

“ஒன்று தெளிவாகிறது. என் நிலைமை அழகான புல்தரையை உருவாக்கப் பாடுபடும் ஒரு தோட்டக்காரன் நிலைமையைப் போன்றது. அவனுடைய கையின் அழுத்தத்தினால், தறிகெட்டு வளரும் செடிகள் ஒழுங்கமைதி கெடாமலிருக்கின்றன.”

பின்னர் விமானியைப் பற்றி நினைக்கிறார்.

"அவனை நான் அச்சத்திலிருந்து காப்பாற்றுகிறேன். நான் அவனைத் தாக்கவில்லை. நான் தாக்குவது அவன் மூலமாக வெளிப்பட்டு, அவனை ஸ்தம்பிக்கவைக்கும் ஓர் இனம்புரியாத சக்தியைத்தான். அவன் சொன்னதைக் கேட்டு, அவனிடம் பரிவு காட்டினேனென்றால் – அதாவது, அவனுக்கு ஏற்பட்ட அனுபவத்திற்கு முக்கியத்துவம் கொடுத்தால் – அவன் தானொரு மர்மதேசத்திலிருந்து வருவதாக நினைத்துக்கொள்வான். அந்த மர்மம்தான் அச்சத்துக்குக் காரணம். மனிதர்கள் அந்த இருண்ட கிணற்றுக்குள் இறங்கிவிட்டு வெளியில் வரும்போது தாங்கள் எதையும் சந்திக்கவில்லை என்று சொல்ல வேண்டும். அவன் கைகளுக்கு அல்லது இறக்கைகளுக்கு மட்டும் வெளிச்சம் தரும் சிறு விளக்கும்கூட இல்லாமல், இரவின் அந்தரங்கத்துக்குள் – திண்மைக்குள் தன் தோள்களால் மட்டுமே முன்பின் தெரியாத ஒன்றை விலக்கிவிட்டுச் செல்ல வேண்டும்."

இருந்தும், அப்போராட்டத்தின்போது, உள்ளுக்குள் அவரையும், அவருடைய விமானிகளையும் ஒருவித மௌனமான சகோதரத்துவம் இணைத்து நிற்கும். அவர்கள் எல்லாம் ஒரே களத்தில் நின்று வெற்றி பெற வேண்டும் என்ற வேட்கையை உணர்கின்றவர்கள்தான். அப்போது இதற்குமுன் இரவோடு போரிட்ட சம்பவங்கள் ரிவியேரின் நினைவுக்கு வந்தன.

அரசாங்கத்தைச் சேர்ந்தவர்கள், அந்த இருண்ட பிரதேசத்தை ஓர் அடர்ந்த காடு என்று நினைத்து அச்சப்பட்டார்கள். மணிக்கு 200 கி.மீ வேகத்தில் புயல், பனி, சாதனங்களின் பிரச்சினை ஆகியவற்றோடு மோதுவதற்கு ஒரு குழுவை அனுப்புவது இராணுவ சாதனைக்கு வேண்டு மானால் ஏற்றுக்கொள்ளலாம். இரவு வெளிச்சமாக இருக்கும்போது, தரையைவிட்டு மேலேறிச் சென்று ஒரு குறிப்பிட்ட இலக்கில் குண்டு போட்டுவிட்டு, பின் கிளம்பிய இடத்துக்கு வந்துவிடலாம். ஆனால், இரவு நேரத்தில் தொடர்ந்து விமான சேவையில் ஈடுபடுவது தோல்வியில்தான் முடியும். "அது எங்களுக்கு வாழ்வா, சாவா எனும் பிரச்சினை. பகல் வேளையில் இரயில்கள், கப்பல்கள் ஆகியவற்றை எங்கள் வேகத்தால் வென்றுவிடுகிறோம். ஆனால், இரவு நேரத்தில் விமானப் போக்குவரத்து தடைபடுவதால், அவை எங்களை வென்றுவிடுகின்றன."

கணக்கு வழக்கு, காப்பீடு, குறிப்பாகப் பொதுமக்களின் கருத்து ஆகியவற்றையெல்லாம் ரிவியேர் கேட்டுக்கேட்டு அலுத்துப்போய் விட்டார். "பொதுமக்களின் கருத்தை நாம்தான் உருவாக்க வேண்டும்," என்று பதிலளித்திருக்கிறார். அவர் நினைத்தார்: "நேரம் எவ்வளவோ விரையமாகிறது! இதைவிட முக்கியமானதொன்று இருக்கிறது . . . உயிர்ப்பித்திருக்கும் ஏதோ ஒன்று, தான் தொடர்ந்து உயிர்ப்பித்திருக்க எல்லாவற்றையும் பின்னுக்குத் தள்ளிவிடுகிறது. தனக்கென்றே சில விதிகளை வகுத்துக்கொள்கின்றது. அதைத் தடுக்க இயலாது." எவ்வாறு, எப்போது, வணிக நோக்கில் இரவு விமானப் பயணம் சாத்தியமாகப் போகிறது என்பதைப்பற்றி ரிவியேருக்குத் தெரியாது. ஆனால், தவிர்க்க முடியாத அந்த இலக்கை எட்டுவதற்கு முன்னேற்பாடுகள் செய்தாக வேண்டும்.

ஏராளமான எதிர்ப்புகள் இருந்தன. பச்சைக் கம்பளம் விரித்த மேடைகளில், கன்னத்தில் கைவைத்துக் கொண்டு அவற்றையெல்லாம் ஒருவித அசாத்திய தைரியத்துடன் கேட்டுக்கொண்டிருந்தது அவர் நினைவுக்கு வந்தது. அவையெல்லாம் வீண் என்றும், வாழ்க்கை அவற்றையெல்லாம் புறம் தள்ளிவிடும் என்றும் அவருக்கு உறுதியாகத் தெரிந்தது. அப்போதெல்லாம் அவருடைய சுயஆற்றல் ஒன்று திரண்டு அவருக்குள் ஒரு பெரிய பாரமாகக் குவிந்துவிடும். "என்னுடைய வாதம் வலுவானது. நான் வெற்றி பெறுவேன், நிகழ்வுகளின் போக்கு அப்படித்தான் இருக்கும்," என்று அவர் நினைத்தார். அப்போது அவரிடம், எவ்விதக் குறைபாடுகளும் இல்லாத வழிகளைத் தருமாறு கேட்பார்கள். அப்போது அவருடைய விடை: "அனுபவம்தான் விதிகளைக் கண்டுபிடிக்க உதவும். விதிகளைப் பற்றிய அறிவு அனுபவத்திற்கு முன்னால் வருவதன்று."

ஓராண்டு போராட்டத்திற்குப் பின், அவர் வெற்றி பெற்றார். சிலர் "அவருடைய நம்பிக்கைதான் காரணம்," என்றார்கள். இன்னும் சிலர், "அது அவருடைய விடா முயற்சியும், கரடியைப் போல் கம்பீரமாக நடந்துவரும் ஆற்றலும்தான் காரணம்," என்றனர். அவரைப் பொறுத்தவரையில், சரியான திசையில் பயணம் செய்வதுதான் காரணமேயன்றி வேறொன்றுமில்லை.

இதற்கு முன்பெல்லாம், எவ்வளவு முன்னெச்செரிக்கை நடவடிக்கைகள்! விமானங்கள் சூரிய உதயத்துக்கு ஒரு மணி நேரத்துக்குமுன் கிளம்பவேண்டும்; சூரிய அஸ்தமனத்துக்கு ஒரு மணி நேரத்துக்குப் பின் வந்துசேர்ந்துவிட வேண்டும். ரிவியேர் தன்னுடைய அனுபவத்தைக் கொண்டு சோதனை வெற்றிபெறும் என்று நிச்சயத்தோடுதான், மெயில் விமானங்களை இரவில் ஏவிவிடத் தீர்மானித்தார். அவருக்கு ஆதரவு மிகக் குறைவு. அத்துடன் எதிர்ப்பும் இருந்தது. இந்நிலையில், தனிமனிதனாக நின்று தன் போராட்டத்தைத் தொடர்ந்தார்.

ரிவியேர் மணியடித்து, பறந்துகொண்டிருந்த விமானங்களிலிருந்து வந்த செய்திகளைக் கொண்டுவரச் செய்தார்.

12

இதற்கிடையில், பெட்டகோனியன் மெயில் புயலை நோக்கிப் போய்க்கொண்டிருந்தது. விமானி ஃபபியேன் அதனைத் தவிர்த்து, வேறு வழியில் போவதற்கு விரும்ப வில்லை. புயல் பரந்து விரிந்து கிடந்தது என்பதைப் புரிந்துகொண்டான். நிலப்பகுதியில் வெகுதூரம் மின்னல் வெட்டிக்கொண்டிருந்தது. மேகக் கூட்டங்கள் அடர்த்தியாகிக்கொண்டிருந்தன. அவற்றின் கீழாகப் பயணிப்பது என்றும், நிலைமை மேலும் மோசமாக இருந்தால் திரும்பிபோவது என்று தீர்மானித்து விட்டான்.

உயரத்தைப் பார்த்தான். ஆயிரத்து எழுநூறு மீட்டர். உயரத்தைக் குறைக்கக் கைகளை அதற்கான விசைகளின் மீது வைத்து அழுத்தினான். எஞ்சின் அதிர்ந்தது. விமானம் குலுங்கியது. தோராயமாக அவன் கீழிறங்கும் கோணத்தைச் சரி செய்தான். வரைபடத்தைப் பார்த்து குன்றுகளின் உயரம் ஐந்நூறு என்பதைத் தெரிந்துகொண்டான். ஓர் இடைவெளிவிட்டு, எழுநூறு மீட்டர் உயரத்தில் பறக்கலாம் என்று முடிவு செய்தான்.

சூது விளையாட்டைப் போல், பறக்கும் உயரத்தைப் பணயம் வைத்தான். பலத்த காற்றொன்று அவன் விமானத்தைக் கீழே அழுத்தியது. விமானம் நடுங்கியது. கண்ணுக்குத் தெரியாமல் ஒரு கருங்கல் சரிவில் மாட்டிக் கொண்டதுபோல் உணர்ந்தான். ஒரு நிமிடம் விமானத்தை வந்த திசையில் கொண்டுபோய் ஆயிரமாயிரம் நட்சத்திரங்களைச் சந்திக்கலாம் என்று கற்பனை செய்தான். ஆனால், ஒரு பாகைகூட அவன் திரும்பவில்லை.

அவன் தன் வாய்ப்புகளைக் கணக்கிட்டான். ஒரு வேளை இந்தக் குறிப்பிட்ட இடத்தில் மட்டும் வீசும் புயலாக இருக்கக் கூடும். ஏனெனில், அடுத்த இறங்குதளம், திரிலிவ். அங்கிருந்து வந்த செய்தியின்படி, அங்கு வானம் முக்கால்வாசி மூடி இருந்தது. இருபது நிமிடம் இந்த கான்கிரீட்

போன்ற இருளைச் சமாளித்துவிட்டால் போதுமானது. இருந்தும்கூட விமானியின் மனதில் ஒரு சஞ்சலம் ஏற்பட்டது. இடதுபுறமாகக் காற்றின் பக்கம் சாய்ந்து இந்த அடர்த்தியான இரவிலும் வந்துவந்து போகும் குழப்பமான ஒளிக்கீற்றுகள் என்னவென்று தெரிந்துகொள்ள முயன்றான். ஒளிக்கீற்றுகள்கூட இல்லை. இருளின் அடர்த்தியில் சில அழுத்தங்களின் மாறுதல்களாக இருக்கக்கூடும். அல்லது கண்கள் சோர்வடைந்திருக்கலாம்.

தொலைத்தொடர்புப் பொறியாளன் கொடுத்த ஒரு தாளைப் பிரித்துப் பார்க்கிறான்.

"நாம் எங்கிருக்கிறோம்?"

அதைத் தெரிந்துகொள்ளத்தான் அவனே தவித்துக்கொண்டிருக்கிறான்.

"தெரியவில்லை. திசைகாட்டியைப் பார்த்தால், நாம் ஒரு புயலைக் கடந்துகொண்டிருக்கிறோம்."

மேலும் குனிந்து பார்க்கிறான். எஞ்சினிலிருந்து வெளியேறும் மங்கிய சுவாலையானது நிலவின் ஒளியிருந்தால் தெரியாமலிருக்கும். ஆனால் இப்போது அதன் ஒளிதான் அங்கு விஞ்சியிருக்கும் ஒளி. அதைப் பார்த்தான். அது ஒரு டார்ச் விளக்கின் ஒளியைப் போல் ஒளிக் கீற்று களால் பின்னப்பட்டிருந்தது.

முப்பது வினாடிக்கு ஒருமுறை விமானி தலையைச் சாய்த்து ஜைரோஸ்கோப்பைப் பார்த்தான். வலுவிழந்த சிவப்பு விளக்குகளை ஏற்ற விரும்பவில்லை. அவை அதிக நேரம் கண்களைக் கூசவைக்கும். ஆனால் ரேடியம் பூசப்பட்ட கருவிகளெல்லாம் நட்சத்திரங்கள்போல் கொஞ்சம் கொஞ்சமாக ஒளியை உமிழ்ந்துகொண்டிருந்தன. அங்கிருந்த கருவிகளின் முள்களுக்கும் எண்களுக்குமிடையே ஒருவிதப் போலியான பாதுகாப்பை உணர்ந்தான் அவன் – அலைகள் ஆர்ப்பரிக்கும் கப்பலில் உணரப்படும் பாதுகாப்பு போன்றது அது. இரவும், அது கொண்டுவரும் பாறைகளும், சேதங்களும் குன்றுகளும் அவன் விமானத்தின்மீது தீயசக்திகளைப் போல் பாய்ந்தன.

"நாம் எங்கிருக்கிறோம்," என்று மீண்டும் கேட்டான் பொறியாளன்.

விமானி மீண்டும் தலையைத் தூக்கி இடதுபக்கம் சாய்ந்துகொண்டு தன் கவனத்தை அதிகப்படுத்திக்கொண்டிருந்தான். அந்த இருளின் பிடியி லிருந்து விலக இன்னும் எவ்வளவு முயற்சிகளும், எவ்வளவு நேரமும் தேவைப்படும் என்று அவனுக்குத் தெரியவில்லை. அந்தப் பிடியிலிருந்து விலக முடியுமா என்பதும் கேள்விக்குறியானது. அவன் தன் நம்பிக்கையை வளர்த்துக்கொள்ள அவனிடம் கொடுக்கப்பட்ட அந்தக் கறைபடித்த – கசங்கிப்போன துண்டுக் காகிதத்தை ஆயிரம் தடவைப் பிரித்துப் பார்த்திருப்பான். "திரிலிவ் வானத்தில் நாலில் மூன்று பங்கு மேக மூட்டம் – மேகங்களுக்கிடையே விளக்கொளிகளைக் காணலாம் – ஆனால்…"

தூரத்தில் உறுதிசெய்யப்பட்ட மங்கிய ஒளி அவன் தன் பயணத்தைத் தொடருவதற்கு ஊக்கத்தைத் தந்தது. இருப்பினும், சந்தேகம் எழுந்துவிடவே, தொலைத்தொடர்புப் பொறியாளனுக்கு ஒரு துண்டுச் சீட்டில் குறிப்பு

எழுதி அனுப்பினான்: "தொடர்ந்து போகமுடியுமா என்று தெரியவில்லை. எதற்கும் நாம் கடந்துவந்த பாதையில் வானிலை நன்றாக இருக்கிறதா என்று பார்த்துச் சொல்லவும்."

பதில் அவனைத் திகைக்க வைத்தது. "கொமோதோரேவிலிருந்து வரும் தகவலின்படி, திரும்பிச் செல்வதற்குச் சாத்தியமே இல்லை. புயல் வீசுகிறது."

இயல்புக்கு மாறான அந்தத் தாக்குதலை அவன் உணர ஆரம்பித்தான். ஆண்டிஸ் மலைத் தொடரிலிருந்து அது கடல் நோக்கிப் பாய்கிறது. அவன் போகப்போகும் நகரங்கள், அவன் போய்ச்சேருமுன்னரே புயலால் சேதமடைந்திருக்கும்.

"சான் ஆண்டொனியோ நகரில் வானிலை எப்படி இருக்கிறது என்று கேளுங்கள்."

"சான் ஆண்டொனியோவிலிருந்து வந்த செய்தியின்படி, மேலைக் காற்று வீசுகிறது. மேற்குத் திசையிலும் புயல். வானத்தை முற்றிலுமாக மேகம் மூடியிருக்கிறது. இதர ஓசைகளால் சான் ஆண்டொனியோவுடன் தொடர்பு சரியாக இல்லை. வெகு சீக்கிரமே நான் ஒலிவாங்கியை எடுத்துவிட வேண்டும். அது சேதமடைந்துவிடும். உங்களுடைய திட்டம் என்ன? திரும்பப் போகிறீர்களா?"

"கொஞ்சம் தொந்தரவு செய்யாமல் இருக்கவும். பஹியா பிளாங்காவில் வானிலை எப்படி என்று கேளுங்கள்."

பஹியா பிளாங்காவின் பதில்: "இன்னும் இருபது நிமிடத்தில் மேற்கிலிருந்து பயங்கரப் புயலை எதிர்பார்க்கிறோம்."

"திரிலிவில் வானிலை எப்படி என்று கேளுங்கள்."

"அங்கிருந்து பதில் வந்திருக்கிறது: 'மேற்கிலிருந்து மழை காற்றுடன் வினாடிக்கு முப்பது மீட்டர் சூறாவளி'."

"புயேனோசரிஸைத் தொடர்புகொண்டு, நாம் நாலாபுறமும் சுற்றி வளைக்கப்பட்டிருக்கிறோம், ஆயிரம் கிலோமீட்டர் வரை புயல் வீசுகிறது. எதுவும் கண்ணுக்குத் தெரியவில்லை. நாங்கள் என்ன செய்ய வேண்டும் என்று கேளுங்கள்."

விமானியின் பார்வையில், இந்த இரவுக்குக் கரைகள் இல்லை. எந்தத் துறைமுகமும் கிடையாது. அனைத்தும் மூடப்பட்டுவிட்டன. விடியலும் கிடையாது, ஏனெனில், இன்னும் ஒரு மணிநேரம் நாற்பது நிமிடம் வரைதான் எரிபொருள் தாக்குப் பிடிக்கும். இந்த அடர்த்தியான இருளில் இப்போதோ இன்னும் சற்று நேரத்திலோ குருடாகிப்போனதுபோல் செல்ல வேண்டும்.

'பொழுது விடியும் வரை பறக்க முடிந்தால்' என்று பெருமூச்சு விட்டுக் கொண்டிருந்தான்.

விமானி ஃபபியேன் அதிகாலை நேரத்தை நினைத்துப் பார்த்தான். பொழுது புலர்ந்த நேரமாக இருந்தால், கடுமையான இரவு நேரத்தைத் தாண்டியபின் பொன்னோளி மின்னும் கடற்கரையைப்

பார்ப்பதுபோலிருக்கும். ஆபத்தை எதிர்நோக்கும் விமானத்தின் கீழ் சமவெளிகள் வரிசைகளாக விரிந்திருக்கும். அமைதியான பூமியில் சில மலைக்குன்றுகளையும், தூங்கி வழியும் பண்ணைவீடுகளையும், அங்கு அடைக்கப்பட்டிருக்கும் மந்தைகளையும் கண்டு ரசிக்க முடியும். காற்றில் சிதைந்தவையெல்லாம் எந்தப் பாதிப்பையும் ஏற்படுத்தாது. அதிகாலையை நோக்கிப் பறந்தால் எவ்வளவு சுகமாக இருக்கும்!

ஆனால் அவன் முற்றிலும் சுற்றிவளைக்கப் பட்டிருப்பதை உணர்ந்தான். அந்த அடர்த்தியான இருளில் எல்லாமே முடியப் போகிறது – நல்லவிதமாகவோ அல்லது கெட்டவிதமாகவோ!

ஒளி எங்காவது தெரிந்தால், ஏதோ ஒரு நோயிலிருந்து விடுபடுவது போலிருக்கும்.

சூரியனின் இருப்பிடமான கிழக்கையே பார்த்துக்கொண்டிருப்பதில் என்ன பயன்? சூரியனுக்கும் அவர்களுக்குமிடையே ஆழமான இருள் வந்து சூழ்ந்திருக்கிறது. அதனைவிட்டு ஒருபோதும் வெளியேற முடியாது.

❖

13

"பராகுவேயிலிருந்து அசன்சியோன் மெயில் விமானம் சரியாக வந்துகொண்டிருக்கிறது. இரண்டு மணி நேரத்துக்குள் அது வந்துவிடும். ஆனால், பெட்டகோனியன் மெயில்தான் சிக்கலில் இருப்பதுபோல் தெரிகிறது. அது வருவதற்கு மேலும் தாமதமாகும்," என்று இயக்குநர் சொன்னார்.

"சரி, ஐயா."

"அதனை எதிர்பார்த்துக்கொண்டு ஐரோப்பிய விமானத்தின் புறப்பாட்டைத் தாமதமாக்குவது சாத்திய மில்லை. அசன்சியோன் மெயில் விமானம் வந்ததும், நான் ஆலோசனை சொல்வேன். தயார் நிலையில் இருங்கள்."

ரிவியேர் வடக்கு விமானதளங்களின் பாதுகாப்பு அம்சங்கள்பற்றி வந்த தந்திகளை மீண்டும் ஒரு தடவை படித்துப் பார்த்தார். அவை ஐரோப்பிய மெயிலுக்கு நிலவொளி நிறைந்த பாதையை வகுத்துக் கொடுக்கும்: "துல்லியமான வானம், முழு நிலவு, காற்று கொஞ்சம்கூட இல்லை." பிரேசில் மலைகள் வானத்தின் ஒளியில் தனித்தனியாக மிளிர்கின்றன. அவற்றின் கருங்காடுகள் வெள்ளி முலாம் பூசப்பட்ட கடலில் நீண்ட கருங்கூந்தல் விழுவதுபோல் நிற்கின்றன. அக்காடுகளின் மீது தொடர்ந்து நிலா தன் ஒளியைப் பொழிந்துகொண்டிருக்கிறது. அதனால் அவற்றின் நிறம் மாறவில்லை. அதே போலத்தான் ஆங்காங்கு சிதறிக்கிடக்கும் தீவுகளும் கருப்பாகத் தெரிகின்றன. வழியெங்கும் நிலவொளிக்குத் தட்டுப்பாடு இருக்காது. அது ஒரு வற்றாத ஒளி ஊற்று!

ரிவியேர் புறப்பட ஆணை பிறப்பித்தால், ஐரோப்பிய மெயிலின் குழு இரவு முழுதும் ஒளி நிறைந்த ஒரு ஸ்திரமான உலகில் பயணம் செய்யும். அதில் இருளுக்கும் ஒளிக்கும் உள்ள சமநிலை எவ்விதத்திலும் கெடப் போவதில்லை. அதில் தூய்மையான இளங்காற்றும்கூட வருடிச் செல்லாது. ஆனால், அப்படிப்பட்ட காற்று ஊடுருவிச் சற்றுக் குளிரடைந்து விட்டாலுங்கூட, அது சில மணி நேரங்களில் வான்வெளி அனைத்தையும் பாழ்படுத்திவிடும்.

இந்தத் தடத்தின் ஒளியைக் கவனித்த ரிவியேரிடம் ஒரு தயக்கம் ஏற்பட்டது. தடை செய்யப்பட்ட பொற்சுரங்கத்தின் முன் ஓர் ஆய்வாளருக்கு ஏற்படும் தயக்கம்போல்தான் அது. அவர் மட்டுமே இரவு விமானப் பயணங்களுக்கு ஆதரவாகப் போராடிக்கொண்டிருந்த நிலையில், தெற்குப் பிரதேசத்தில் நடந்த நிகழ்வுகள் அவருடைய வாதத்தை முறியடித்தன. பெட்டகோனியன் மெயிலுக்கு ஏதாவது விபத்து நேர்ந்தால், அவருடைய எதிராளிகளின் தார்மிக நிலைப்பாடு கடுமையாக இருக்கும். அதன் பிறகு அவருடைய நம்பிக்கை பலவீனமாகிவிடக் கூடும். ஆனால், இன்னும் அவருடைய நம்பிக்கை ஆட்டம் காணவில்லை. அவருடைய செயல்பாட்டில் ஒரு பின்னடைவு ஏற்பட்டு ஒரு சோக நாடகத்திற்கு வழிவகுத்ததென்னவோ உண்மை. ஆனால், அப்பின்னடைவானது அதற்கான காரணத்தை வெளிச்சத்துக்குக் கொண்டுவரும். அதுதானே தவிர வேறொன்றும் இல்லை. "ஒரு வேளை மேற்கில் கண்காணிப்பு மையங்கள் தேவைப்படலாம். பார்ப்போம்." அவர் தொடர்ந்து சிந்தித்துக்கொண்டிருந்தார். "விபத்துக்கான காரணம் ஒன்று குறைந்து விடும். அக்காரணம் என்னவென்று தெரியப்போகிறது." தோல்விகள் வலுவானவர்களை மேலும் வலுவாக்கும். துரதிர்ஷ்டவசமாக, மனிதர்களுடன் விளையாடும் விளையாட்டில் நிகழ்வுகளின் உண்மையான பொருளைச் சரியாகக் கண்டுகொள்வதில்லை. வெளித்தோற்றத்தைக் கொண்டுதான் வெற்றியும் தோல்வியும் தீர்மானிக்கப்படுகின்றன. அதில் மோசமானவற்றைக் கணக்கில் எடுத்துக்கொள்கிறார்கள். வெளித் தோற்றத்தில் தோல்வியாகப் படுகின்ற ஒன்றினால் நாம் கட்டுப்படுத்தப் படுகிறோம்.

ரிவியேர் மணியை ஒலிக்கச் செய்தார்:

"'பஹியா பிளாங்கா'விலிருந்து இன்னும் தந்தித் தொடர்பும் கிடைக்க வில்லையா?"

"இல்லை."

"தொலைபேசியில் விமான நிலையத்தை அழையுங்கள்."

ஐந்து நிமிடத்துக்குப் பின், அவர் பேசினார்:

"எதற்காக எந்தத் தகவலும் கொடுக்கவில்லை?"

"மெயிலிலிருந்து எந்த ஓசையும் வரவில்லை."

"ஓசை அடங்கி இருக்கிறதா?"

"தெரியவில்லை. புயல்காற்று அதிகம். அதையும் மீறி விமானி எதாவது செய்தி அனுப்பினாலும் நமக்கு வந்துசேராது."

"திரிலிவிலிருந்து ஏதாவது ஓசை வருகிறதா?"

"அங்கிருந்தும் எதுவும் வரவில்லை."

"தொலைபேசியில் தொடர்புகொள்ளுங்கள்."

"முயற்சித்தோம். ஆனால், தொடர்பு துண்டிக்கப்பட்டிருக்கிறது."

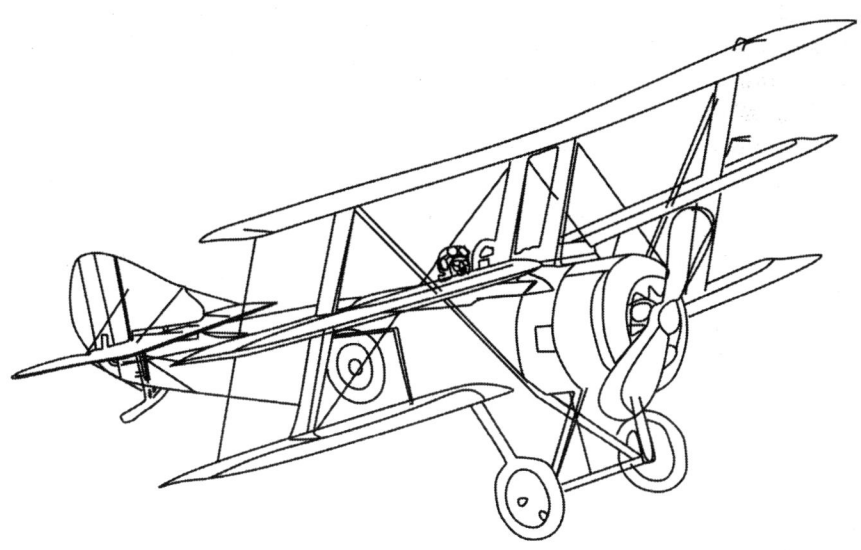

“நீங்கள் இருக்கும் இடத்தில் வானிலை எப்படி?”

“மோசம். மேற்கிலும் தெற்கிலும் இடி மின்னல்கள் அதிகம். பெருமழை வரக்கூடும்.”

“காற்று எப்படி?”

“பலமாக அடிக்கவில்லை. ஆனால், இந்த நிலை இன்னும் பத்து நிமிடம்தான் நீடிக்கும். அதிவேக மின்னல்கள் பளிச்சிடுகின்றன.”

மௌனம்.

“பஹியா பிளாங்கா? கேட்கிறதா? நல்லது. இன்னும் பத்து நிமிடம் கழித்துக் கூப்பிடுங்கள்.”

ரிவியேர் தென் பிரதேச விமான நிலையங்களிலிருந்து வந்த தந்திகளைப் புரட்டிப் பார்க்கிறார். இன்னும் வந்துசேராத விமானத்தைப் பற்றி அனைத்து விமான நிலையங்களும் மௌனம் சாதிக்கின்றன. அவற்றில் சில புயேனோசைரிஸுக்கு எந்த பதிலும் தரவில்லை. வரைபடத்தில் அப்படிப்பட்ட நிலையங்களின் எண்ணிக்கை அதிகமாகிக்கொண்டே இருந்தது. சிறுசிறு நகரங்களெல்லாம் ஏற்கெனவே புயலின் பிடியில் சிக்கி இருந்தன. அனைத்து வீடுகளின் கதவுகளும் மூடப்பட்டுவிட்டன. தெருக்களில் விளக்குகள் எரியாதபோது, ஒவ்வொரு வீடும் ஒரு கப்பலைப் போல் இரவெனும் கடலில் தனிமைப்படுத்தப்பட்டு தத்தளித்துக் கொண்டிருந்தது. விடியற்காலையில்தான் அவற்றுக்கு விமோசனம் கிடைக்கும்.

இருப்பினும், வரைபடத்தின்மீது தலை சாய்த்துக்கொண்டிருந்த ரிவியேருக்கு எங்காவது கொஞ்சம் அப்பழுக்கற்ற வானம் கிடைக்கும் என்ற நம்பிக்கை இருந்தது. ஏனெனில், தூரப்பிரதேசத்திலுள்ள முப்பது நகரங்களின் காவல்துறைகளுக்கும் தந்தி கொடுத்து, அங்கெல்லாம்

வானிலை எப்படி இருக்கிறது என்று கேட்டிருந்தார். பதில்கள் வரத் தொடங்கியிருக்கின்றன. இரண்டாயிரம் கி.மீ தூரம் வரை வானொலி நிலையங்களுக்கு ஆணை பிறப்பிக்கப்பட்டிருக்கிறது. அவற்றில் ஏதாவது ஒன்று விமான அழைப்பைக் கேட்டுவிட்டால், அது அடுத்த முப்பது வினாடிகளில் புயேனோசைரிஸைத் தொடர்புகொள்ள வேண்டும். உடனேயே புயேனோசைரிஸிலிருந்து எங்கு போய் ஒதுங்க வேண்டும் என்ற தகவலை ஃபபியேனுக்குப் போய்ச்சேர வைத்துவிடுவார்கள்.

இதன் பொருட்டு அனைத்து செயலாளர்களும் அதிகாலை ஒரு மணிக்கே அவரவர் அலுவலகத்துக்கு வந்துவிடும்படி ஆணை பிறப்பிக்கப் பட்டது. அவர்களும் வந்துசேர்ந்துவிட்டார்கள். வந்தவர்களுக்கு ஏதோ ஒரு புரியாத காரணத்தினால், இரவு நேர விமானங்கள் அனைத்தும் ரத்து செய்துவிடுவார்கள் என்ற எண்ணமும், ஐரோப்பிய மெயில்கூட பொழுது விடிவதற்கு முன் புறப்படாது என்ற எண்ணமும் நிலவின. அவர்கள் குரலைத் தாழ்த்தி, ஃபபியேனைப் பற்றியும், புயலைப் பற்றியும், குறிப்பாக ரிவியேர் பற்றியும் பேசிக்கொண்டிருந்தார்கள். இயற்கையின் ஒத்துழையாமையினால், ரிவியேர் கொஞ்சம் கொஞ்சமாக இடிந்துபோய் இருப்பார் என்று கணித்துக்கொண்டிருந்தார்கள்.

திடீரென அனைத்துக் குரல்களும் அடங்கிவிட்டன. காரணம், ரிவியேர் கதவோரம் வந்ததை அவர்கள் பார்த்துவிட்டார்கள். 'கோட்'டை இறுக்கமாகப் பிடித்துக்கொண்டும், தொப்பியை எப்போதும்போல் கண்கள் வரை தாழ்த்திக்கொண்டும் வருவதைப் பார்த்தால் நிரந்தரமான பயணமொன்றில் ஈடுபட்டிருப்பவர்போல் தோன்றினார். பொறுமையாக, தலைமைச் செயலாளர் அருகில் சென்று சொன்னார்:

"மணி ஒன்று பத்து. ஐரோப்பிய மெயில் புறப்படுவதற்குத் தேவையான ஆவணங்களெல்லாம் தயாரா?"

"நான்... நினைத்தேன்..."

"நினைப்பதல்ல உங்கள் வேலை. கொடுக்கப்பட்ட வேலையைச் செய்துமுடிப்பதுதான் உங்கள் வேலை."

பின்னர், பொறுமையாகத் திரும்பி, கைகளைப் பின்புறமாகக் கட்டிக் கொண்டு, திறந்திருந்த ஒரு சன்னல் பக்கம் சென்றார்.

அலுவலர் ஒருவர் அவரிடம் சென்று அறிவித்தார்:

"ஐயா, நமக்கு மிகவும் குறைவாகத்தான் பதில்கள் வரும். உள் பிரதேசங் களில் தந்திக் கம்பிகள் அதிக அளவில் சேதப்பட்டிருக்கின்றனவாம்..."

"சரி."

ரிவியேர் ஆடாமல் அசையாமல் இரவையே பார்த்துக்கொண்டிருந்தார்.

ஆக, அனைத்துத் தகவல்களும் விமானம் விபத்தை நோக்கித்தான் போய்க்கொண்டிருக்கிறது என்பதையே குறிக்கின்றன. தந்திக் கம்பிகள் சேதப்படுவதற்கு முன் ஒவ்வொரு நகரமும் அனுப்பிய தகவலில் புயல் வேகமெடுப்பதை ஓர் ஆக்கிரமிப்புபோல் – ஒரு படையெடுப்புபோல் –

சித்திரிக்கின்றன. "அது உட் பிரதேசத்திலிருந்து – கார்டிலெராவிலிருந்து – கடலை நோக்கி வீசி தடம் முழுவதையும் மறைத்துவருகிறது."

ரிவியேர் பார்க்கும்போது, அவர் இருக்கும் இடத்தில், விண்மீன்கள் வழக்கத்துக்கு அதிகமாக ஒளிவீசின. காற்று வழக்கத்துக்கு அதிகமாக ஈரப்பதம் கொண்டிருந்தது. என்ன விநோதமான இரவு! திடீரென அது, ஒரு பளபளக்கும் பழத்தைப் போல், திட்டுத்திட்டாக வீணாகிக்கொண்டிருந்தது. இருப்பினும், புயேனோசைரிஸில் ஒட்டுமொத்த விண்மீன்களும் ஒளிவீசிக் கொண்டிருந்தன. ஆனால், அது பாலைவனச்சோலை போலத்தான். அதுவும் தற்காலிகமானதுதான். விமானக் குழு போரிட்டுக் கொண்டிருக்கும் களத்திற்கு அப்பாலிருக்கும் ஒரு துறைமுகம்! மோசமான காற்று வீசி அழித்துக் கொண்டிருக்கும் மிரட்டலான இரவு! வெற்றி வாய்ப்பில்லாத இரவு!

எங்கோ ஒரு விமானம் பேராபத்தில் சிக்கித் தவித்துக்கொண்டிருக்கிறது. அதன் மடியில் செய்வதறியாது சிலர் தவித்துக்கொண்டிருக்கின்றனர்.

✤

14

ஃபபியேன் மனைவி தொலைபேசியில் அழைத்தாள். ஒவ்வொரு தடவையும் அவன் திரும்பிவரும்போது, அவள் பெட்டகோனியன் மெயிலின் வருகையைக் கணக்கிட்டுக் கொண்டிருப்பாள். "இப்போது அவர் திரிலிவிலிருந்து கிளம்புகிறார்." மீண்டும் சற்று அவள் தூங்குவாள். சிறிது நேரம் கழித்து: "இப்போது அவர் சான் ஆண்டோனியோவை நெருங்கிக்கொண்டிருக்க வேண்டும், விளக்கொளிகளை அவர் பார்த்திருக்க வேண்டும்," என்று சொல்லிக்கொண்டே எழுந்து சென்று திரைச்சீலைகளை விலக்குவாள். அவள் கண்கள் வானத்தை உற்றுநோக்கும். "இந்த மேகங்க ளெல்லாம் அவருக்கு இடைஞ்சலாக இருக்கும்," என்று சொல்லிக்கொள்வாள். சில சமயங்களில் வெண்ணிலா ஓர் ஆட்டிடையனைப் போல் வானத்தில் வலம் வந்து கொண்டிருக்கும். அந்நிலவையும், ஆயிரமாயிரம் விண்மீன்களையும் பார்த்த அவ்விளம் மனைவி தன் கணவனுக்கு அவை துணை நிற்கும் என்ற தைரியத்தில் மீண்டும் போய்ப் படுத்துக்கொள்வாள். ஒரு மணி வாக்கில் அவன் நெருங்கிக்கொண்டிருப்பதை உணர்வாள்: "அவர் வெகுதூரத்தில் இல்லை. இந்நேரம் புயேனோசைரிஸ் அவர் கண்களுக்குத் தெரியும்." அப்போது அவள் மீண்டும் எழுந்து அவனுக்கு உணவு தயார் செய்வாள். குறிப்பாக சூடான காப்பி தயாரிப்பாள். "வானத்தில் அவ்வளவு குளிர் ..." அவன் வரும்போது, ஏதோ அவன் பனிமலையிலிருந்து கீழிறங்கி வந்தவனைப்போல் வரவேற்பது வழக்கம்.

"உங்களுக்குக் குளிரவில்லையா?" என்று கேட்பாள்.

"இல்லை," என்பான் அவன்.

"பரவாயில்லை. சற்று குளிர்காயுங்கள்," என்று சொல்வது வழக்கம்.

இவ்வாறு எப்போதும்போல் அவனை வரவேற்க, மணி ஒன்றேகாலுக்குள் எல்லாவற்றையும் தயார் செய்துவிட்டு, தொலைபேசியில் விமான நிலையத்தை அழைப்பாள்.

அன்று இரவும் அப்படித்தான் விமான நிலையத்தை அழைத்தாள்.

"ஃபபியேன் தரை இறங்கிவிட்டாரா?"

அவள் அழைப்பைக் கேட்ட அலுவலருக்குச் சற்று சங்கடமாக இருந்தது.

"யார் பேசுவது?"

"சிமோன் ஃபபியேன்."

அலுவலர் சொல்வதற்குப் பயந்துகொண்டு தொலைபேசியைத் தலைமைச் செயலரிடம் கொடுத்துவிடுகிறார்.

"யாருங்க அது?"

"சிமோன் ஃபபியேன்."

"நீங்களா?... என்ன வேண்டும் மேடம்?"

"என் கணவர் தரை இறங்கிவிட்டாரா?"

பின்னர் சற்று நேரம் விளக்க முடியாத ஒரு மௌனம் நீடித்தபின், ஒன்றும் தெரியாததுபோல் தலைமைச் செயலர் பதிலளித்தார்.

"இன்னும் இறங்கவில்லை, மேடம்."

"ஏதாவது தாமதமா?"

"ஆமாம்."

மீண்டும் நிசப்தம்.

"ஆமாம், தாமதம்தான்."

"ஆ..."

இந்த "ஆ..." காயம் பட்ட சரீரத்திலிருந்து வருவதுபோல் இருந்தது. தாமதம் ஏற்படுவது இயல்புதான். ஆனால், அந்தத் தாமதமானது நீண்டுகொண்டே போனால்...

"எத்தனை மணிக்குத்தான் வந்துசேர்வார்?"

"எத்தனை மணிக்கு வந்துசேர்வாரா...? எங்களுக்கு... எங்களுக்குத் தெரியாது, மேடம்."

அவளுக்கு ஏதோ ஒரு சுவரில் முட்டிக்கொள்வதுபோல் இருந்தது. அவள் கேட்ட கேள்விகளே எதிரொலியாக அவளுக்கு வந்துசேர்ந்தன.

"தயவுசெய்து பதில் சொல்லுங்கள். அவர் எங்கே இருக்கிறார்?"

...

"எங்கே இருக்கிறாரா? கொஞ்சம் காத்திருங்கள்."

உடனே பதில் சொல்லாதது அவளுக்கு மனவலியைத் தந்தது. அந்த நிசப்தத்துக்குப் பின் ஏதோ ஒன்று நடக்கிறது என்று எண்ணினாள்.

பின்னர் ஒரு முடிவோடு பதில் சொன்னார்கள்:

"'கொம்மோதோரை' விட்டு மாலை ஏழரை மணிக்குக் கிளம்பினார்."

"பின்னர்."

"பின்னரா? அதிகத் தாமதம்... அதிகத் தாமதம்... வானிலை மோசமானதால்..."

"அய்யோ... மோசமான வானிலையா..."

என்ன அநியாயம். என்ன ஏமாற்று வேலை. புயேனோஸைரிஸ் வானத்தில், வீணாக நிலவு காய்ந்துகொண்டிருக்கிறதே! அவளுக்குத் திடீரென்று நினைவுக்கு வந்தது. கொம்மோதோரிலிருந்து திரிலிவுக்கு வருவதற்குத் தாராளமாக இரண்டு மணி நேரம் போதுமானது.

“ஆறு மணி நேரமாகிறது. இன்னும் திரெலியூவிற்கே வரவில்லையே. உங்களுக்குத் தகவல்கள் அனுப்பிக் கொண்டிருக்க வேண்டுமே. என்னதான் சொல்கிறார்?...”

“என்ன சொல்கிறாரா? . . . இயல்பாகவே, இப்படிப்பட்ட வானிலையில் . . . உங்களுக்குத் தெரியும் . . . வரும் தகவல்கள் சரியாகக் கேட்கவில்லை.”

“அப்படிப்பட்ட வானிலையா!”

“ஆகையினால், நிச்சயமாக எங்களுக்கு ஏதாவது செய்தி தெரிந்தால் உடனே உங்களைத் தொலைபேசியில் தொடர்புகொள்கிறோம்.”

“அப்படியென்றால், உங்களுக்கு ஒன்றும் தெரியவில்லையல்லவா...”

“வைத்துவிடுகிறேன், மேடம்...”

“இல்லை! இல்லை! நான் இயக்குநருடன் பேச வேண்டும்!”

“அவர் வேலையாய் இருக்கிறார், மேடம். ஒரு கூட்டம் நடந்துகொண்டிருக்கிறது.”

“பரவாயில்லை! பரவாயில்லை! நான் பேசியே ஆக வேண்டும்.”

தலைமைச் செயலர் முகத்தில் வழிந்த வியர்வையைத் துடைத்துக் கொண்டார்.

“ஒரு நிமிடம்...”

ரிவியேர் அலுவலகக் கதவைத் திறந்துகொண்டு உள்ளே போய் “ஃபபியேனின் மனைவி உங்களிடம் பேசவேண்டுமாம்,” என்றார்.

“இதுதான் நான் பயந்தது,” என்று ரிவியேர் நினைத்தார். தனி மனித ஆசாபாசங்கள் தலைதூக்க ஆரம்பித்துவிட்டன. அவற்றைக் கண்டுகொள்ளாமல் விட்டுவிடலாம் என்று முதலில் நினைத்தார். ஓர் அறுவைச் சிகிச்சை அறையில் தாய்மார்களும், மனைவிமார்களும் அனுமதிக்கப் படுவதில்லை. ஒரு கப்பல் விபத்தை எதிர்நோக்கும்போது பதற்றம் காட்டக் கூடாது என்பர். பதற்றத்தினால் மனித உயிர்கள் காப்பாற்றப்படுவதில்லை. இருப்பினும் பேசச் சம்மதித்தார்.

“என்னுடைய அலுவலகத்துக்குத் தொடர்பு கொடுங்கள்.”

தூரத்திலிருந்து வந்த, அந்தத் தடுமாறும் மெல்லிய குரலைக் கேட்டார். உடனேயே அவருக்குத் தன்னால் பதில் சொல்ல முடியாது என்று தெரிந்துவிட்டது. ஆனால், இருவருக்குமிடையே மோதல் ஏற்படுவதில் எந்த விதத்திலும் பலனில்லை.

“மேடம், தயவுசெய்து அமைதியாக இருங்கள். இந்தத் தொழிலில் தகவல்கள் வரத் தாமதமாவது இயல்பானது.”

இத்தருணத்தில் தனிப்பட்ட துயரம் குறித்த பிரச்சினைக்கும், செயலாக்கம் சார்ந்த பிரச்சினைக்கும் இடையே இருந்த எல்லைக்கு அவர் போய்விட்டார். அவருக்கு முன் நிற்பது ஃபபியேனின் மனைவியன்று, வாழ்க்கையின் இன்னொரு முகம். இன்னொரு பொருள். அவரால் அந்தக் குரலை, அந்தச் சோகக் கவிதையைக் கேட்கவும், கேட்டுப் பரிதாபப் படவும்தான் முடியும். ஆனால், அது அவரது செயல்திட்டத்துக்கு எதிரானது. ஏனெனில், செயல் திட்டமும், தனிமனித சுகமும் ஒன்றுக்கொன்று எதிரானவை. அதில் சமரசத்துக்கு இடமில்லை. அந்தப் பெண்மணியின் உலகம்கூட பூரணத்துவமும், தனித்துவமும் வாய்ந்ததுதான். அதிலிருந்துதான் அவள் பேசுகிறாள். அவ்வுலகத்துக்கே உரிய கடமைகளைப் பற்றியும், உரிமைகளைப் பற்றியும்தான் பேசுகிறாள். அங்கு மாலை வேளையில், மங்கல விளக்கொன்று மேசைமீது எரிந்து கொண்டிருக்கும். ஓர் உடல் அதற்குச் சொந்தமான இன்னொரு உடலைத் தேடிக்கொண்டிருக்கும். அந்தத் தேடுதலில் நம்பிக்கையும் நயமான வார்த்தைகளும் நீங்காத நினைவுகளும் கலந்திருக்கும். அவளுக்குச் சொந்தமானதைத்தான் அவள் கேட்கிறாள். அதில் நியாயம் இருக்கிறது. ரிவியேரிடமும் ஒரு நியாயம் இருந்த போதிலும், அப்பெண்மணியின் நியாயத்தை மறுக்க முடியாது. அவருடைய சொந்த நியாயத்தை ஓர் எளிமையான வீட்டின் விளக்கொளியில் வைத்துப் பார்க்கும்போது, அது விளக்க முடியாததாகவும் மனித நேயமற்றதாகவும்தான் தோன்றியது.

“மேடம்…”

அவள் காதில் வாங்கவில்லை. சுவரைத் தட்டிப்பார்த்து ஓய்ந்துவிட்ட கைகளோடு கீழே சாய்ந்துவிட்டாள்போல் தோன்றியது.

ஒரு நாள் கட்டடப் பொறியாளர் ஒருவர் சொன்னது ரிவியேரின் நினைவுக்கு வந்தது. பாலமொன்றைக் கட்டிக்கொண்டிருக்கும்போது காயமடைந்த ஒருவனைச் சுற்றி எல்லோரும் நின்றுகொண்டிருந்தனர். “சின்னாபின்னமான இந்த முகத்துக்கு, கட்டுகின்ற பாலம் ஈடாகுமா?” என்று அவர்கள் கேட்டார்கள். வேறொரு பாலம் வழியாக அவ்வூர்க்காரர்கள் சுற்றிப்போவதைத் தவிர்ப்பதற்காகத்தான் அப்புதிய பாலம் கட்டப்படுகிறது என்றாலும், அவர்களில் எவரும் அத்தொழிலாளியின் முகம் பலியாக்கப்படுவதை ஏற்றுக்கொள்ளமாட்டார். பொறியாளர் சொன்னார்: “பொது நலமென்பது தனிமனித நலன்களின் கூட்டே, அதனை வேறொன்றும் நியாயப்படுத்த முடியாது.” சிறிது நேரம் கழித்து ரிவியேர் சொன்னார்: “மனித உயிருக்கு எதுவும் ஈடாகாது என்றாலும், அதைவிட மேலானது ஒன்றிருக்கிறது என்ற எண்ணத்தில்தான் நாம் செயல்படுகிறோம்… அது என்ன?”

தன்னுடைய விமானக் குழுபற்றி நினைக்கும்போது, ரிவியேரின் மனதில் ஓர் இறுக்கம் ஏற்பட்டது. பாலம் கட்டுவது போன்ற ஓர் ஆக்கபூர்வமான செயல்கூட மகிழ்ச்சிக்கு ஊறு விளைவிக்கிறது. பின்பு எதன்பேரில் ஆக்கபூர்வமான செயலில் ஈடுபட வேண்டும் என்று அவரால் தனக்குள் கேட்டுக்கொள்ளாமல் இருக்க முடியவில்லை.

ஒரு வேளை மறைந்துபோகக்கூடிய இந்த மனிதர்கள் மகிழ்ச்சியாக இருந்திருக்கக் கூடும் என்று அவர் நினைத்தார். மாலையில் அவர்களின் பொன்னான இல்லத்தில் ஏற்றிவைத்த விளக்கின் முன் அவர்கள் முகம் சாய்த்துக்கொண்டிருக்கும் காட்சி அவர் மனக்கண் முன் தோன்றியது. அவர் எதற்காக அவர்களை இதில் ஈடுபடவைத்தார்? எதற்காக அவர் அவர்களின் தனிப்பட்ட மகிழ்ச்சியைக் கெடுத்தார்? அந்த மகிழ்ச்சியைக் காப்பாற்றுவதுதானே தலையாய கடமை? அது அழிவதற்கு அவரே காரணமில்லையா? இருப்பினும், ஒரு நாள் அந்தப் பொன்னான இல்லங்கள்கூட கானல்நீராக மறையக்கூடியவை. அது நிச்சயம். அவரைவிட வயோதிகமும் மரணமும் தயவுதாட்சணியம் பாராமல் அவற்றை அழித்துவிடும். மனிதனிடம் வேறு ஏதோ ஒன்று நீடித்திருக்கும். அதனை நாம் பாதுகாக்க வேண்டும். அந்த ஒன்றுக்காகத்தான் அவர் உழைக்கின்றாரா? இல்லையென்றால், அவருடைய செய்கையை நியாயப்படுத்த முடியாது.

"நேசிக்க வேண்டும். ஆனால் நேசித்தல் என்பது ஒரு தடைக்கல்லாகி விடுகிறது!" நேசிப்பதைவிட மேலான, ஆனால் புரியாத பெரிய கடமை ஒன்று இருப்பதாக அவர் உணர்ந்தார். அல்லது, அதுவும்கூட ஒருவிதமான – சற்று மாறுபட்ட – அன்பாக இருக்கலாம். எங்கோ படித்த ஒரு வாசகம் அவர் நினைவுக்கு வந்தது: "அவர்களுக்கு நித்தியத்தைத் தேடித்தர வேண்டும். உங்கள் தேடுதல் உங்களோடு மடிந்துவிடும்." பெரு நாட்டில் ஆதிவாசிகளான 'இன்காஸ்'களால் சூரியனுக்காகக் கட்டப்பட்ட கோவில் அவர் நினைவுக்கு வந்தது. மலைமீது அதன் கற்கள் உறுதியாகவும் செங்குத்தாகவும் கம்பீரமாக நின்றன. ஓர் ஆற்றல்மிக்க நாகரிகத்தில் அக்கற்களைத் தவிர இன்று வேறு என்ன எஞ்சி இருக்கிறது? அவற்றின் பாரம் இன்றைய மனிதனின் மனதை உறுத்தவில்லையா? "அந்தக் கோவிலை மலைமேல் கட்டுவதற்கு அக்காலத் தலைவர்கள் மக்களிடம் எவ்வளவு கடுமையாக – அல்லது ஒரு விசித்திரப் பரிவோடு – நடந்து அவர்களை நிலைபேறுடையவர்களாக நிலை நிறுத்தினார்கள்?" ரிவியேருக்கு நகரங்களில் பெருந்திரளான மக்கள் இரவு வந்தவுடன் இசை மன்றங்களைச் சுற்றிவருவது நினைவுக்கு வந்தது. "அதில் அவர் களுக்கு ஓர் இன்பம் – அவர்களைக் கட்டுக்குள் அடங்கவைக்கும் இன்பம்." பண்டைக்காலத்தில் மக்களை வழிநடத்தியவர்கள் மனிதனின் துன்பத்தைப் பற்றிப் பரிதாபப்படாமல் இருந்திருக்கலாம், ஆனால் மனிதனின் மரணத்தைப் பற்றி அதிகமாகவே பரிதாபப்பட்டிருக்கிறார்கள். தனிமனித மரணத்தையல்ல. கடல் மணலைப் போல் கலைந்து அழிந்துவிடும் ஒட்டுமொத்த மனித சமுதாயமாத்தின் மரணத்தைப் பற்றி அக்கறை கொண்டிருந்தார்கள். ரிவியேரும் மனிதர்களைத் திரட்டிப் பாலைவனங்களால் மூடிவிட முடியாத கற்களை உருவாக்க முற்படுகிறார்.

❖

15

நான்காக மடிக்கப்பட்ட அந்தக் காகிதம் தன்னைக் காப்பாற்ற உதவும் என்றெண்ணி பற்களைக் கடித்துக்கொண்டு, ஃபபியேன் அதனைப் பிரித்துப் படித்தான்.

"புயேனோசைரிஸைத் தொடர்புகொள்ள முடியவில்லை. கருவிகளை இயக்க முடியவில்லை. விரல்களில் தீப்பொறி பறக்கிறது."

எரிச்சலுடன் ஃபபியேன் பதில் கொடுக்க முயன்றான். இயக்க விசைகளிலிருந்து கையை எடுத்து எழுதுவதற்கு முயன்றபோது, ஒரு வலுவான சுழல் உள்ளே புகுந்து, விமானத்தின் ஐந்து டன் உலோகத்தையும் அவன் உடலையும் சேர்த்து மேலே தூக்கித் திக்குமுக்காட வைத்தது. பதில் தரும் எண்ணத்தை விட்டுவிட்டான்.

அவன் கைகள் மீண்டும் பழைய இடத்திற்கே வந்து சுழலைக் கட்டுப்படுத்தின.

ஃபபியேன் வலுவாக மூச்சை இழுத்துவிட்டான். தொலைத்தொடர்புப் பொறியாளன் புயலுக்குப் பயந்து போய் ஒலிவாங்கியை உள்ளே இழுத்துவிட்டிருந்தால், தரை இறங்கியதும் அவனை நையப் புடைத்துவிட வேண்டு மென்று நினைத்தான்.

எப்படியாவது புயேனோசைரிஸைத் தொடர்பு கொள்ள வேண்டும். 1500 கி.மீ தூரத்திலிருந்து அவனை அந்தப் பாதாளத்திலிருந்து இழுக்க ஒரு கயிறுபோல் அது செயல்படும். எங்காவது, ஏதாவதொரு விடுதியில் காற்றில் அலைமோதிக் கொண்டிருக்கும் தேவையற்ற ஒரு விளக்கின் ஒளி அவனுக்கு ஒரு கலங்கரை விளக்கமாக அமையக் கூடும். அது இல்லாத நிலையில், ஒரு குரல் – ஒரே ஒரு குரல் – கண்ணுக்குத் தெரியாமல் போய்க்கொண்டிருக்கும் பூமியிலிருந்து வந்தால் போதுமானது. சிவப்பு ஒளியில், தன்

முஷ்டியைத் தூக்கி அசைத்து, பின்னாலிருந்த தொலைத்தொடர்புப் பொறியாளனுக்கு, அந்தச் சோகம் கலந்த உண்மையை உணர்த்த முயன்றான். ஆனால், பொறியாளனோ விளக்குகள் அணைந்துபோய் இருளால் போர்த்தப்பட்டுக் கிடக்கும் ஆகாய வெளியையே வெறித்துப் பார்த்துக்கொண்டிருந்தான். அவனுக்கு விமானி சொல்லவந்தது புரியவில்லை.

ஃபபியேன் எந்த ஆலோசனை வந்தாலும் ஏற்கத் தயாராக இருந்தான். ஆனால், அந்த ஆலோசனை அவன் காதுக்கு எட்டும்படி இருக்க வேண்டும். "வட்டமடிக்கச் சொன்னால், வட்டமடிக்கிறேன். நேராகத் தெற்கு நோக்கிச் செல்ல வேண்டுமென்றால் . . ." நிலவொளியில் அமைதிப் பூங்காவாக மிளிரும் தரைத் தளங்கள் எங்காவது இருக்கும். அவற்றையெல்லாம், அவனுடைய சக விமானிகள் தெரிந்துகொண்டு, ஒளிவீசும் மலர்களைப்போன்ற விளக்குகளின் கீழ் அறிஞர்கள் போலவும்,

விடியலைத் தேடிய விமானம்

ஆற்றல் மிகுந்தவர்கள் போலவும் வரைபடங்களைப் பார்த்துக்கொண்டிருப்பார்கள். ஆனால், அவனுக்குத் தெரிந்தவையெல்லாம் மலைச் சரிவைப் போல் தன் பக்கம் கருமை இருளைத் தள்ளிவிடும் காற்றின் சுழற்சியும், இரவும்தான். இதுபோன்ற இருள் வெள்ளத்திலும், மின்னல் வீசிக்கொண்டிருக்கும் மேகங்களிலும் இரண்டு மனிதர்களைத் தவிக்கவிட்டிருக்கக் கூடாது. கூடவே கூடாது. அவனிடம் யாராவது “இருநூற்று நாற்பதில் போகவும்” என்றால், இருநூற்று நாற்பதில் போவான். ஆனால், அப்படிச் சொல்ல யாரும் இல்லையே.

சடப்பொருளின் எதிர்ப்பும் தோன்ற ஆரம்பித்துவிட்டது. ஒவ்வொரு தடவையும் விமானம் அமுங்கி எழும்போது எஞ்சின் பலமாக ஆடியது. கோபத்தில் குலுங்குவது போலிருந்தது. பலம் முழுவதையும் கொண்டு விமானத்தை அடக்கிக்கொண்டிருந்தான். அவன் தன் இருக்கையில் இருந்தபடி முகத்தை ஜைரோஸ்கோப்பின் மீது சாய்த்து கொண்டு பறந்தான். ஏனெனில், விமானத்துக்கு வெளியில், வானத்துத் திரட்சியையும் தரையின் திரட்சியையும் அவனால் பிரித்துப் பார்க்க இயலவில்லை. அந்த இருளில் எல்லாம் இரண்டறக் கலந்துவிட்டன. அது அண்டத்தின் தொடக்ககால இருள்போல் தோன்றியது. திசைகாட்டியின் முள்கள் வேகவேகமாக ஆடிக்கொண்டிருந்தன. எதையும் கணிக்க இயலவில்லை. அவற்றால் கைவிடப்பட்ட விமானியால் சரியாக விமானத்தை இயக்க முடியவில்லை. உயரம் குறைந்து வந்தது. கொஞ்சம் கொஞ்சமாக இருளில் சிக்கிக்கொள்கிறான். உயரத்தைப் பார்த்தான்: ஐந்நூறு மீட்டர். கீழே உள்ள குன்றுகளின் உயரம்! அவற்றின் தாக்கத்தை உணர ஆரம்பித்தான். திட்டுத்திட்டாகப் பூமியின் பாகங்கள் இடம் பெயர்வதுபோலிருந்தது. அவற்றில் ஒன்று போதும் அவனை நொறுக்கிப் போடுவதற்கு. போதையில் தள்ளாடுவதுபோலவும், அவை அவனைச் சூழ்வதுபோலவும் இருந்தது. ஒரு விபரீத ஊழித்தாண்டவத்தை அவை அரங்கேற்றிக்கொண்டு அவனை மேலும் மேலும் நெருக்கின.

சட்டென்று ஒரு முடிவுக்கு வந்தான். விழுந்து நொறுங்கினாலும் சரி என்று, எங்காவது தரை இறங்கிவிடத் தீர்மானித்தான். குன்றுகளைத் தவிர்த்தாலும் போதும் என்று, அவனிடமிருந்த ஒரே ‘ஃபிளே’ரைக் கீழிறக்கினான். அதன் ஒளிப்பிழம்பு சுழன்று ஓர் அகண்ட சமவெளியைக் காட்டிவிட்டு அணைந்துவிட்டது. அது ஒரு சமவெளியன்று, கடல்!

அவன் தீவிரமாகச் சிந்தித்தான். “நாற்பது பாகைதான் திரும்பினேன். வழி தவறிவிட்டேன். புயல். பயங்கரப் புயல். தரையைக் காணவில்லை.” மேற்குப் பக்கம் விமானத்தைச் செலுத்தினான். “இருந்த ஒரு ‘ஃபிளேரும்’ போய்விட்டது. இனி சாவுதான்,” என்று தனக்குள் சொல்லிக்கொண்டான். ஆனால், சாவு ஒரு நாள் வரத்தான் போகிறது. அவனுக்குப் பின்னால் இருந்த தொலைத்தொடர்புப் பொறியாளனின் நிலையை யோசித்தான். “அவன் நிச்சயமாக ஒலிவாங்கியை உள்ளுக்கிழுத்திருப்பான்.” ஆனால் விமானிக்கு அவன் மேல் கோபமில்லை. அவனே கைகளைச் சற்று அகலமாக விரித்துவிட்டால், அவர்கள் இருவருடைய் உயிரும் தூசியைப் போல் விலகிவிடும். துடிக்கும் அவனுடைய இருதயத்தையும், அவன்

நண்பன் இருதயத்தையும், அவன் கெட்டியாகத் தன் கைகளில் பிடித்திருந்தான். திடீரென அக் கைகள் அவனுக்கு அச்சத்தை ஏற்படுத்தின.

விமானத்தைக் காற்று ஒரு கடா ஆடு தாக்குவதுபோல் தாக்கியது. ‘ஜாய்ச்டிக்’ எனும் பகுதியை அவன் பலமாகப் பற்றிக்கொண்டிருந்தான். இல்லையேல் கட்டுப்பாட்டுக் கம்பி வடங்கள் அறுந்துவிடும். ஆகவே அதனை அவன் விடவில்லை. ஆனால், அதன் காரணமாக இப்போது அவன் கைகள் மரத்துப் போக ஆரம்பித்தன. விரல்களை அசைத்துப் பார்த்தான். அவை அவன் கட்டுப்பாட்டில் இல்லை. கைகளின் நுனியில் ஏதோ சில அன்னியப் பொருள்கள் இருந்ததைப் போல் உணர்ந்தான். அவை காற்றடைத்த பலூன்கள்போல் மெதுவாகவும், சுரணையின்றியும் இருந்தன. “நான் அவற்றின் பிடியை இறுக்குவதுபோல் கற்பனை செய்து கொள்ள வேண்டியிருக்கிறது,” என்று தனக்குள் சொல்லிக்கொண்டான். ஆனால், அவன் நினைப்பது அவன் கைகளுக்குப் போய்ச்சேருகிறதா என்று அவனுக்குத் தெரியவில்லை. ஊர்தியினுடைய இயக்காழியின் உலுக்கல் களை அவன் தோள்களில் ஏற்படும் வலியினால்தான் உணரமுடிந்தது. “அது இனி என் வசம் இருக்காது. என் கைப்பிடி தளர்ந்துவிடும்.” அத்தகைய வார்த்தைகள் அவன் மனதில் வந்ததைக் கண்டு அவனே பயந்துபோனான். ஏனெனில், அவ்விருளில் மெல்லமெல்ல அவன் கைகள் வார்த்தைகளுக்கேற்பப் பிடியைத் தளர்த்தி அவனைக் கைவிடுவதுபோல் உணர்ந்தான்.

மீண்டும் போராடி விமானத்தைக் காப்பாற்ற முயலலாம். தலைவிதி என்பது வெளியிலிருந்து வருவது மட்டுமன்று. தனக்குள்ளேயும் அது இருக்கிறது. அதனால்தான், ஒரு கட்டத்தில் நம்மால் முடியாது என்ற எண்ணம் தோன்றிவிடுகிறது. அக்கட்டத்தை எட்டியவுடன் தவறுகள் தாமாகத் தம் வசம் ஈர்க்கத் தொடங்கிவிடுகின்றன.

அக் கணத்தில் மேகங்களின் இடைவெளிகளில் விண்மீன்கள் சில தலைகாட்டி தூண்டில் இரைபோல் செயல் பட்டன.

அது ஒரு தூண்டில்தான் என்று அவனுக்குத் தெரியும். மேகங்களின் ஓர் ஓட்டைவழியாக மூன்று நட்சத்திரங்கள் மின்னுவதைப் பார்க்கிறான். அவற்றை நோக்கி விமானத்தைச் செலுத்துகிறான்! இனிமேல், இறங்க முடியாது. அவற்றோடு போய்த்தான் உறவாட வேண்டும்...

ஆனால், அவனிடம் குடிகொண்டிருந்த ஒளிப்பசி அவனை மேல் நோக்கிச் செல்லவைத்தது.

16

மேல் நோக்கிச் செல்லும்போது, விண்மீன்களின் தயவால் அவனுக்குக் கிடைத்த சில அறிகுறிகளை வைத்துச் சூறாவளிக் காற்றைச் சமாளித்துக்கொண்டிருந்தான். அவற்றின் வெளிறிய காந்தம் அவனை ஈர்த்துக்கொண்டிருந்தது. இவ்வளவு நேரம் சிரமப்பட்டு ஒளியைத் தேடிக்கொண்டிருந்தான். ஆகையால், இப்போது கிடைக்கும் மங்கிய ஒளியைக்கூட விட்டுவிட அவனுக்கு மனமில்லை. அது ஏதோ தேநீர் விடுதியில் தெரியும் விளக்கைப் போல் இருந்தாலும், சாகும்வரை அதனைச் சுற்றிவரத் துணிந்தான். ஆகவே, அவன் அந்த ஒளிவெளியை நோக்கிப் பயணம் மேற்கொண்டான். சுருள் வட்டமாக மேல் நோக்கிப் பறந்தான். கிணறு ஒன்று அவனுக்காகத் திறந்து, அவன் மேலேறியதும் கீழ்பக்கமாக மூடிக்கொண்டதுபோல் இருந்தது. அவன் மேலேறிப் போகப் போக கரும் சேற்றையொத்த மேகக் கூட்டங்கள் மறையத் தொடங்கின. இப்போது, அவை தூய வெண் அலைகளாக அவனை வருடிச் சென்றன. பின்னர், அவற்றிலிருந்தும் அவன் விடுபட்டான்.

அவனுடைய வியப்புக்கு எல்லையில்லாமலிருந்தது. வெளிச்சம் அவன் கண்களைக் கூசவைத்தது. சில வினாடிகள் அவன் கண்களை மூடிக்கொள்ள வேண்டியிருந்தது. இரவு நேரத்தில் மேகங்கள் இந்த அளவுக்குக் கண் கூசவைக்கும் என்று அவன் எதிர்பார்க்கவே இல்லை. ஆனால், முழு நிலவும் மற்ற கோள்களும் அம்மேகங்களை ஒளி அலைகளாகக் காட்சியளிக்கச் செய்தன.

அவன் மேல்நோக்கிக் கிளம்பிய உடனேயே, விமானம் ஓர் இனம்புரியாத அமைதியால் ஆட்கொள்ளப் பட்டுவிட்டது. ஒரு சிறு காற்றசைவுகூட அதனைச் சாய்க்கவில்லை. தோணியொன்று அணைக் கரையைத் தாண்டி, அதற்காக ஒதுக்கப்பட்ட நீர்நிலைக்குள் புகுவது போன்றிருந்தது. மகிழ்ச்சியில் திளைக்கும் கண்ணுக்குத் தெரியாத தீவுப் பகுதி ஒன்றைப்போல் அவன் அறிந்திராத வான் பகுதிக்குள்

நுழைந்தான். அவனுக்குக் கீழ், புயல் மூவாயிரம் மீட்டர் அடர்த்தி கொண்ட வேறொரு உலகத்தை உருவாக்கியிருந்தது. அதில் மழைச் சாரலும், மழைவெள்ளமும், மின்னலும் ஆக்கிரமித்துக்கொண்டிருந்தன. அது பனியினாலான தன் பளிங்கு முகத்தைத்தான் மற்ற கோள்கள் பக்கம் காட்சிப்படுத்திக் கொண்டிருந்தது.

ஃபபியேனுக்குச் சலனமற்ற வேறொரு உலகத்தில் நுழைந்தது போலிருந்தது. அங்கு அவனது கைகள், ஆடைகள், விமானத்தின் இறக்கைகள் எல்லாம் ஒளி வீசிக்கொண்டிருந்தன. அந்த ஒளி வேறு கோள்களிலிருந்து வரவில்லை. அவனுக்குக் கீழும், அவனைச் சுற்றிலும் இருந்த மேகங்களின் வெண்மையிலிருந்துதான் வந்தது.

நிலவு பனிக் கட்டிகள்மீது செலுத்திக்கொண்டிருந்த ஒளியை அந்த மேகங்கள் அப்படியே அவன் பக்கம் திருப்பிக்கொண்டிருந்தன. அவனுக்கு வலதுபக்கமும் இடது பக்கமும் கோபுரங்கள்போல் எழுந்துநின்ற மேகங்களும் அதையே செய்தன. பால் வண்ண ஒளி எங்கும் படர்ந்திருந்தது. அதில்தான் விமானம் மிதந்துகொண்டிருந்தது. அவன் பின்னால் திரும்பிப் பார்த்தபோது தொலைத்தொடர்புப் பொறியாளன் முகத்தில் ஒரு புன்னகை தென்பட்டது.

"இது பரவாயில்லை," என்று கத்தினான். ஆனால், அவன் குரல் விமானத்தின் ஒலியில் கரைந்தது. புன்னகை மட்டுமே பரிமாறப்பட்டது. அவன் நினைத்தான்: "நமக்கு முடிவு நெருங்கிவரும் இந்த நேரத்தில் புன்னகையா? என்ன மடத்தனம்!"

இருப்பினும், கைதி ஒருவனைச் சிறிது நேரம் மலர்கள்மீது நடக்க விடுவதற்கு அவன் தளைகளை நீக்கிவிட்டது போல், பூமியோடு அவனுக்கிருந்த ஆயிரம் தளைகளும் அகற்றப்பட்டு விட்டன.

"அளவுக்கு மிஞ்சிய அழகு," என்று ஃபபியேன் நினைத்தான். சிதறிக் கிடந்த செல்வக் குவியலாகக் காட்சியளித்த விண்மீன்களுக்கு மத்தியில் அவன் உலவிக்கொண்டிருந்தான். அந்த உலகில், அவனும் அவன் சக ஊழியனும் மட்டுமே உயிர் வாழ்ந்தனர். வேறு எவரும் இல்லை. நிச்சயமாக இல்லை. புகழ்பெற்ற நகரங்களில் திருடப் போனவர்கள் செல்வங்கள் குவிந்திருக்கும் அறையிலேயே மாட்டிக்கொண்டு, வெளியில் வரமுடியாமல் இருப்பதுபோல் இருந்தது அவர்கள் இருவரது நிலைமையும். உறைந்து கிடக்கும் வைரம், வைடூரியமெல்லாம் சூழ்ந்திருந்தபோதும் அவன் சிறைக்குள் சிக்கியிருந்தான்.

✤

17

பெட்டகோனியாவின் இறங்கு தளமாகிய கொமொதோரொ ரிவாதவியாவில் வானொலித் தந்தி அலுவலர் ஒருவர் திடீரெனக் கையசைத்தார். செய்வதறியாமல் தவித்துக்கொண்டிருந்த மற்றவர்களனைவரும் அவரைச் சூழ்ந்துகொண்டு அவர் கையில் வைத்திருந்த காகித்தைக் குனிந்து பார்த்தார்கள்.

காகிதத்தின் ஒளி பாய்ந்துகொண்டிருந்தது. ஆனால், அதில் ஒன்றும் எழுதப்பட்டில்லை. பொறியாளர் கை தயங்கியது, அவருடைய கையில் இருந்த பென்சில் தடுமாறிக் கொண்டிருந்தது. அவர் எழுதவந்த வார்த்தைகள் அவர் கையிலேயே இன்னும் முடங்கிக் கிடந்தன. விரல்கள் நடுங்கின.

“புயலா?”

பொறியாளர் தலையசைத்து “ஆம்” என்றார்.

கொரகொரவென்ற ஓசையினால் வந்த செய்தியைச் சரியாகக் கண்டுபிடிக்க முடியவில்லை.

பின்னர் சில புரியாத குறியீடுகளைப் பதிவு செய்தார். பின் வார்த்தைகளைப் பதிவு செய்தார். கடைசியில்தான் முழுச் செய்தியையும் படிக்க முடிந்தது.

“புயலுக்கு உயரே மூவாயிரத்து எட்டு. உட் பிரதேசத்தில் மேற்கு நோக்கிப் பறக்கிறோம். ஏனென்றால், கடல்மீது வழி தவறி இருந்தோம். எங்களுக்குக் கீழ் எல்லாம் முடங்கிவிட்டன. கடலுக்கு மேல்தான் இன்னும் பறந்துகொண்டிருக்கிறோமா என்றும் தெரியவில்லை. உட்பிரதேசத்திலும் புயல் பரவிவிட்டதா என்று தெரிவிக்கவும்.”

இந்தத் தகவலை புயேனோசைரிஸுக்கு அனுப்ப வேண்டும். புயலின் காரணமாக, ஒவ்வொரு நிலையமாகத்தான்

அது செல்ல வேண்டும் – ஒவ்வொரு கோபுரமாக விளக்கேற்றிக் கொண்டு போவதுபோல்!

புயேனோசைரிஸிலிருந்து பதில் அனுப்பச் சொன்னார்கள்: "உட்பிரதேசங்களிலும் புயல் அடித்துக்கொண்டிருக்கிறது. எரிபொருள் கைவசம் எவ்வளவு இருக்கிறது?"

"இன்னும் அரை மணி நேரத்திற்குத் தாக்குப் பிடிக்கும்."

இந்தப் பதில் ஒவ்வொரு நிலையமாகக் கடந்து புயேனோசைரிஸ் சென்றடைந்தது.

இன்னும் முப்பது நிமிடத்தில் விமானம் புயலில் சிக்கி, கீழே விழுந்து நொறுங்கிவிடும்!

✣

18

ரிவியேர் சிந்தனையில் ஆழ்ந்தார். அவரது நம்பிக்கை பொய்த்துவிட்டது. அந்த விமானம் எங்கேயோ போய் நொறுங்கி விடப்போகிறது.

அவர் சிறுவனாக இருந்தபோது குளத்தில் இறந்துபோன ஒருவரின் உடலைத் தேடுவதற்குக் குளத்து நீர் முழுவதையும் வடிகட்ட வேண்டியிருந்தது. அந்த ஞாபகம் அவருக்கு வந்தது. அதுபோலத்தான், முழு இருளும் உலகத்தை விட்டு நீங்கி, பகலொளியில் மணல் பரப்புகளும் சமவெளிகளும் வயல்களும் வெளிச்சத்துக்கு வராதவரையில் அவர்கள் இருவரின் உடல்களையும் காண முடியாது. எங்காவது கிராமத்தார் சிலர் அவர்கள் உடல்களைக் காண நேரும்போது, அவ்விருவரும் முகத்தைக் கைகளால் மூடிக்கொண்டு புல்தரையிலோ பொன்னிற பயிர் விளைச்சலிலோ தூங்கிக்கொண்டிருக்கும் குழந்தைகள்போல் காட்சியளிப்பார்கள். தற்போது அவர்கள் இரவில் மூழ்கடிக்கப்பட்டிருப்பார்கள்.

பாலகர்களுக்குச் சொல்லும் கதைகளில் வருவதுபோல், இரவின் மடியிலும், பெருங்கடலின் ஆழத்திலும் மறைந்திருக்கும் புதையல்கள் அவர் மனக்கண் முன் வந்தன. இரவில் ஆப்பிள் மரங்கள் கனிகளோடும், இனிமேல் பயன்படாத மலர்களோடும் பகலுக்காகக் காத்திருக்கும். இரவுக்கேயுரிய செல்வங்கள் உண்டு. மணம் உண்டு; ஆட்டுக் குட்டிகளின் நிம்மதியான உறக்கம் உண்டு; இன்னும் நிறம் பெறாத மலர்கள் உண்டு.

பொழுது விடியவிடிய, உழுத நிலங்களும் நனைந்த காடுகளும் லூசெர்ன் செடிகளும் வெளியில் தலைகாட்டும். ஆனால், இப்போது ஆபத்தின்றி இருக்கும் குன்றுகளின் மத்தியில், புல் தரையில், ஆட்டுக்குட்டிகளுக்கிடையே அமைதி குடிகொண்டிருக்கும் உலகில் இரண்டு குழந்தைகள் உறங்கிக்கொண்டிருக்கும். ஆனால், ஏதோ ஒன்று அவர்களிடமிருந்து பிரிந்து வேறொரு உலகத்திற்குச் சென்றிருக்கும்.

ரிவியேருக்கு ஃபபியேனின் மனைவியைத் தெரியும். அமைதி யானவள். அவனைப் பற்றி எப்போதும் கவலையோடு இருப்பவள். ஏழைக்குழந்தையின் கையில் கொஞ்ச நேரம் கொடுக்கப்பட்ட விளையாட்டு பொம்மைபோல் அவளுடைய அன்பு அவனுக்குக் கொடுக்கப்பட்டிருந்தது.

அவன் கையை நினைத்துப் பார்த்தார். அது இன்னும் கொஞ்ச நேரம் தன் உயிருக்காக விமானக் கட்டுப்பாட்டு உபகரணத்தை வலுவாகப் பிடித்துக்கொண்டிருக்கும். மனைவியின் உடலை வருடிய கை அது. அவள் மார்பில் பட்டபோது, கடவுளின் கைபோல் அவளுக்குள் ஆயிரமாயிரம் உணர்ச்சிகளைத் தட்டி எழுப்பிய தெய்வீகக் கை அது. அவள் முகத்தில் மாற்றத்தை ஏற்படுத்திய கை! அற்புதத்தை ஏற்படுத்திய கை!

அவன் இரவின் இத்தருணத்தில் மேகக் கடலில் நீந்திக் கொண்டிருக்கிறான். அவனுக்குக் கீழே நித்தியம் நிலவியது. விண்மீன்கள் கூட்டத்தில் தன் சக ஊழியனுடன் சேர்ந்து சிக்கிக்கொண்டவன் அவன் ஒருவன் மட்டுமே. தன் கைகளில் உலகத்தைத் தாங்கிக்கொண்டு

மார்பில் தாலாட்டிக்கொண்டிருக்கிறான். மனித செல்வத்தின் பாரத்தை விமான உபகரணத்தில் தாங்கிப் பிடித்துக்கொண்டு நம்பிக்கையற்று ஒவ்வொரு விண்மீன் பக்கமும் போய்க்கொண்டிருக்கிறான். அச்செல்வம் வீணானது. இன்னும் கொஞ்ச நேரத்தில் அதனைத் துறந்துவிட வேண்டியிருக்கும்.

எங்கோ, ஏதோ ஒரு வானொலி நிலையம் அவன் சொல்வதைக் காதில் வாங்கிக்கொண்டிருக்கும் என்று ரிவியேர் நினைக்கிறார். ஈன சுரத்தில் கேட்கும் அந்த நாதம் மட்டுமே அவனை பூமியோடு தொடர்புபடுத்திக் கொண்டிருக்கிறது. அது ஒரு முனகல் என்றோ அல்லது கத்தல் என்றோ சொல்ல முடியாது. அவன் எழுப்பிய நாதம் இழந்துபோன நம்பிக்கையை எடுத்துரைக்கும் இனிமையான நாதமாக இருக்கும்.

✦

19

ரொபீனோ வந்து அவர் தனிமையைக் கலைத்தார்:

"ஐயா, நான் ஒன்று நினைக்கிறேன். ஒரு வேளை..."

ரொபீனோவிடமிருந்து எந்த யோசனையும் வரப்போவ தில்லை. இருப்பினும், அவரிடம் நல்ல நோக்கம் இருந்தது உண்மை. அவருக்கு ஏதாவது தீர்வு சொல்ல வேண்டும் என்ற ஆவல் இருந்தது. புதிருக்கு விடை காண்பதுபோல் அவர் ஒரு தீர்வைத் தேடிக்கொண்டுதான் இருந்தார். அவர் எப்போதும் அவருக்குத் தெரிந்த விடைகளைக் கூறிக்கொண்டுதான் இருப்பார். ஆனால், அவர் கூறிய விடைகளை ரிவியேர் ஒருபோதும் காதுகொடுத்துக் கேட்டதில்லை.

"ரொபீனோ, வாழ்க்கையில் விடைகள் என்று ஒன்றுமில்லை. சில சக்திகள் செயல்படுகின்றன. அவற்றை ஊக்குவிக்க வேண்டும். விடைகள் தானாக வந்துசேரும்."
ஆகவே, ரொபீனோ இயந்திரங்கள் தொடர்பான துறையில் செயல்படும் சக்தியை ஊக்குவிப்பதோடு நிறுத்திக் கொள்ள வேண்டியதாயிற்று. இயந்திர அச்சுகள் துருப்பிடிக்காமல் கண்காணிக்கவேண்டும். எளிமையான அந்தச் செயல்பாடுதான் அவர் பொறுப்பில் இருந்தது.

ஆனால், இன்று இரவு நடந்தேறிய சம்பவங்கள் ரொபீனோவின் கையறவு நிலையை உறுதிப்படுத்தியது. ஆய்வாளர் என்ற அவர் பதவியை வைத்துக்கொண்டு, அவரால் புயலைக் கட்டுப்படுத்த இயலாது. எங்கோ ஒரு விமானம் போராடிக்கொண்டிருந்தது. அப்போராட்டமானது காலம் தவறாமைக்கான ஊக்கத்தொகைக்காகவன்று. அதற்கான பொறுப்பு அவரிடம் இருந்தாலும், விமானம் இப்போது போராடிக்கொண்டிருப்பது மரணத்திலிருந்து தப்பிப்பதற்காகத்தான். அதுஅவர் கட்டுப்பாட்டில் இல்லை.

ஆகவே, ரொபீனோ வேறொரு வேலையுமின்றி அலுவலகங்களைச் சுற்றிச்சுற்றி வந்தார்.

அச்சமயம் பார்த்து, விமானியின் மனைவி தான் வந்திருப்பதைத் தெரியப்படுத்தினாள். கவலை அதிகரித்துப் போகவே, நேரடியாக அலுவலகத்துக்கு வந்து ரிவியேரைப் பார்ப்பதற்குக் காத்திருந்தாள். செயலர்கள் சற்றுப் பயத்துடன் அவளை ஓரக்கண்ணால் பார்த்தனர். அவளை ஒருவித கூச்சம் ஆட்கொண்டது. பயத்துடன் அவள் தன்னைச் சுற்றிப் பார்வையைச் சுழலவிட்டாள். அவள் இப்போது வந்திருப்பதை யாரும் ஏற்றுக்கொள்ளவில்லை என்பது தெரிந்தது. அவர்கள் ஒரு பிணத்தைத் தாண்டிபோய் தங்கள் வேலையைத் தொடர்வதுபோலிருந்தது. அவர்களின் கோப்புகளில் மனிதனின் உயிரும், மனிதனின் துன்பமும் வெறும் எண்களாக மட்டுமே தடம் பதித்தன. ஏதாவது ஓர் அறிகுறி ஃபபியேனைப் பற்றிப் பேசுமா என்று எதிர்பார்த்தாள். கிடைக்கவில்லை. ஆனால், அவள் சொந்த வீட்டிலோ, எல்லாமே அவன் இல்லாமலிருப்பதை உணர்த்தி நின்றன: விரித்துப்போட்ட படுக்கை, போட்டுவைத்த காப்பி, செய்துவைத்த பூங்கொத்து ஆகிய அனைத்துமே அவன் இல்லாத வெறுமையைப் பறைசாற்றிக் கொண்டிருந்தன ... இங்கு அப்படிப்பட்ட எதையுமே காணமுடியவில்லை. பரிவு, அன்பு, நினைவு ஆகிய எதற்குமே இங்கு இடமில்லை. எவரும் அவளிடம் பேச்சு கொடுக்காத நிலையில், எங்கோ ஒரு சிப்பந்தி: "சாந்தோசுக்கு அனுப்ப வேண்டிய மின்னியற்றிக் கோப்பு எங்கு போய்த்தொலைந்தது!" என்று அலுத்துக்கொண்டிருந்தான். வியப்பு மிகுதியோடு அவள் அவனை ஏறிட்டுப் பார்த்தாள். பின்னர் அவள் சுவரில் மாட்டியிருந்த வரைபடத்தைப் பார்த்தாள். அவள் உதடுகள் சற்றுத் துடித்தன.

அவள் அந்த இடத்தில் வேறொரு நியதியை உணர்த்திக்கொண்டிருந்தாள் என்பதைக் கொஞ்சம் சங்கடத்துடன் உணர ஆரம்பித்தாள். வந்ததற்கு வருத்தப்பட்டாள். மற்றவர்கள் பார்த்துவிடப் போகிறார்களோ என்ற பயத்தில் அவளுக்கு வந்த தும்மலையும் அழுகையையும் அடக்கிக் கொண்டாள். அவளுக்குத் தான் நிர்வாணமாக, சலனம் ஏற்படுத்தும் நிலையில் இருப்பது போன்ற எண்ணம் வந்தது. ஆனால், அவள் உணர்த்திய நியதி அதிக முக்கியத்துவம் வாய்ந்ததால், அவர்கள் அவளைத் திருட்டுத்தனமாக ஏறயிறங்கப் பார்த்து, அவள் முகத்தில் காணப்படும் உணர்ச்சிகளை அலசிக்கொண்டிருந்தார்கள். அவள் அழகானவள். புனிதமான இன்ப உலகத்திற்கு அவள் ஒரு சாட்சியானவள். ஆக்கச் செயலில் ஈடுபடும்போது, கண்ணுக்குத் தெரியாமல் எவ்வளவு உயர்வான வேறொன்று பாதிக்கப்படுகிறது என்பதற்கும் சாட்சியாக நின்றாள்.

ரிவியேர் அவளை அழைத்தார்.

அவள் அங்கு வந்திருப்பது தான் கட்டிவைத்திருக்கும் மலர் கொத்துக்கும், போட்டுவைத்திருக்கும் காப்பிக்கும், ஏங்கும் தன் இளம் சரீரத்துக்கும் அச்ச உணர்வோடு வாதாடுவதற்குத்தான். இன்னும் அதிகக் குளிருடன் இருந்த அந்த அறையில், அவள் உதடுகள் மீண்டும் மெல்லத் துடித்தன. தன்னுடைய நியாயத்தை இந்த வேறுபட்ட உலகில் எடுத்துரைக்க இயலாது என்பது அவளுக்குப் புரிய ஆரம்பித்தது. கட்டுக்கடங்காமல் அவளிடமிருந்த காதலும், கற்பும் இந்த இடத்தில் சுயநலமிக்கதாகவும்

எரிச்சலூட்டுவதாகவும் இருக்கக்கூடும் என்றெண்ணித் திரும்பிப் போய்விடலாம் என்று ஒரு கணம் நினைத்தாள்.

“உங்களைத் தொந்தரவு செய்கிறேனா?”

“இல்லை, மேடம். ஆனால், துரதிர்ஷ்டவசமாக, நீங்களும் நானும் காத்திருப்பதைத் தவிர வேறொன்றும் செய்ய முடியாது.”

அவள் சற்றே தோளை உயர்த்தினாள். அதன் பொருளை ரிவியேர் நன்கு அறிவார். “நான் திரும்பிப் போனதும், வீட்டில் ஏற்றிவைத்த விளக்கும், சமைத்துவைத்த உணவும், கட்டிவைத்த மலர்களும் எதற்குப் பயன்படப்போகின்றன?” என்பதுதான் அதன் பொருள். ஓர் இளவயதுத் தாய் ஒரு நாள் அவரிடம் மனம் திறந்து சொன்னாள்: “என்னுடைய குழந்தையின் மரணத்தை நான் இன்னும் புரிந்து கொள்ளவில்லை. சின்னச்சின்ன விஷயங்கள்தான் எனக்குக் கொடுமையாகத் தெரிகின்றன: அக்குழந்தையின் சட்டை கண்ணில் படும்போதும், இரவில் தூக்கம் கலைந்து ஏதோ ஒரு பாச உணர்வு மேலெழும்போதும், என் மார்பில் சுரக்கும் பால் வீணாகும்போதும் என்னால் தாங்கிக்கொள்ள முடியவில்லை...” இந்தப் பெண்ணுக்குக்கூட நாளை அவள் செய்யும் ஒவ்வொரு செயலும், பார்க்கும் ஒவ்வொரு பொருளும் வீணாகும்போதுதான் அவள் கணவனின் மறைவு கொடுமையாகத் தோன்ற ஆரம்பிக்கும். ஃபபியேன் மெல்லமெல்லத்தான் வீட்டைவிட்டு வெளியேறுவான். மனதில் எழுந்த பரிவை ரிவியேர் அடக்கி வைத்துக்கொண்டார்.

“மேடம்...”

அவ்விளம் மனைவி திரும்பிப் போக ஆரம்பித்தாள். அவள் முகத்தில் அவளது துணிவையும் மீறி ஓர் அடக்கமான சோகப் புன்னகை தென்பட்டது.

உடல் அசதியில், ரிவியேர் நாற்காலியில் அமர்ந்தார்.

“அப்பெண்மணி நான் தேடிக்கொண்டிருந்ததை அடைவதற்கு உதவுகிறாள்.”

மேற்குப் பிரதேச விமான நிலையப் பாதுகாப்புக் குறித்து வந்த தந்திகளை விரலால் தட்டிப் பார்த்துக்கொண்டிருக்கும்போது அவர் சிந்தனையில் ஆழ்ந்தார்:

“எங்களுக்கு அமரத்துவத்தை எட்ட வேண்டுமென்ற ஆசை இல்லை. ஆனால், எங்கள் செயல்பாடுகளும் பொருட்களும் திடீரென அர்த்தமற்றுப் போகக் கூடாது. அப்படிப் போய்விட்டால் நம்மைச் சுற்றியிருக்கும் வெற்றிடம் வெளிப்பட்டுவிடுகிறது.”

பின்னர், அவர் பார்வை தந்திகளின்மீது பதிகிறது.

“இதோ இங்கு வந்திருக்கும் செய்திகளுக்கு அர்த்தம் ஏதுமில்லை. இப்படித்தான் மரணம் நம் வாழ்க்கையில் நுழைகிறது.”

பின்னர் ரொபீனோவைப் பார்த்தார்: “இதோ இந்த மூடரால் எந்தப் பயனுமில்லை. அவர் இங்கிருப்பதில் எந்த அர்த்தமுமில்லை.” அவரிடம்

“உங்களுக்கு நானாக ஏதாவது வேலை கொடுக்க வேண்டுமா” என்று சற்றுக் கடினமாகவே கேட்டார்.

அதன்பின் செயலர்கள் இருக்கும் அறைக் கதவைத் திறந்து கொண்டு உள்ளே நுழைந்தார். ஃபபியேன் மறைந்த செய்தியை, அவன் மனைவியால் புரிந்துகொள்ள முடியாத சில அறிகுறிகளைக் கொண்டு உறுதி செய்துகொண்டார். அவர் எதிரே சுவரில் வரைபடம் மாட்டி இருந்தது. அதில், ‘வராமல் போன விமானங்கள்’ வரிசையில் ஆர்.பி. 903 எனும் ஃபபியேன் விமானம் இடம்பெற்றுவிட்டது. ஐரோப்பிய மெயில் புறப்படுவதற்கான ஆவணங்கள் தயாரிக்கும் வேலை சற்று மெதுவாகப் போய்க்கொண்டிருந்தது. செயலர்கள் அது தாமதமாகத்தான் புறப்படும் என்று நினைத்துக்கொண்டிருந்தனர். பறக்கும் குழுக்கள் விமானத்தளத்திலிருந்து அவர்களோடு தொலைபேசித் தொடர்பில் இருந்தார்கள். தற்போது அவர்கள் வேலையெதுவுமின்றிக் காத்துக்கொண்டிருந்தனர். வாழ்க்கையின் செயல்பாடுகள் முடங்கி விட்டன. “இதுதான் மரணம் என்பது.” அவருடைய வேலை கடலில் பழுதடைந்த ஒரு பாய்மரக் கப்பலில் காற்று எதுவும் வீசாதபோது தவித்திருக்கும் நிலையை ஒத்திருந்தது.

அந்நேரம் பார்த்து ரொபீனோவின் குரல் ஒலித்தது.

“ஐயா, அவர்களுக்குத் திருமணமாகி ஆறு வாரங்கள்தான் ஆகிறதாம்...”

“நீங்கள் போய் உங்கள் வேலையைக் கவனியுங்கள்.”

ரிவியேர் பார்வையைச் சுழலவிட்டார். அங்கு செயலர்களும், அவர்களுக்கு அப்பால், பணியாட்களும், தொழில்துறை வல்லுநர்களும், விமானிகளும் இருந்தனர். அவர்கள் அனைவரும் அவருடைய சேவையில் அவருக்கு உறுதுணையாக இருந்துவந்தனர். அவர்களிடம் கட்டடக் கலைஞர்களிடம் இருப்பது போன்ற உறுதியான நம்பிக்கை இருந்தது. முன்னொரு காலத்தில் சிறு நகரங்களில் ‘தீவுகள்’ பற்றிய பேச்சுக்கள் எழுந்தன. உடனேயே கப்பல் கட்டத் தொடங்கினர். கப்பல்மீது நம்பிக்கை பிறந்தது. நம்பிக்கை பாய்மரங்களாக விரிந்தது. கப்பலானது அவர்களை உயர்த்தியது – அவர்களைத் தங்களுக்கு அப்பால் பார்க்கவைத்தது – குறுகிய வட்டத்திலிருந்து வெளிவரச் செய்தது. “நோக்கம் எதையும் நியாயப் படுத்தலாம், ஆனால் செயலாக்கம் மரணத்திலிருந்து விடுவிக்கிறது. கப்பலைக் கட்டிய மனிதர்கள் அதன் வழியே நிலை பேறுடையவர்களாகி விட்டார்கள்.”

ரிவியேர் மரணத்தை எதிர்த்துப் போராடிக்கொண்டிருப்பார். தந்திகளுக்கு அர்த்தம் ஏற்படச் செய்வார். காத்துக்கொண்டிருக்கும் குழுக்களிடத்தில் ஒரு சலனத்தை உண்டாக்குவார். விமானிகளுக்குச் சாதிக்கும் நோக்கமொன்றைத் தூண்டிவிடுவார். கடலில் பாய்மரத்தை இயக்கும் காற்றுப்போல செயல்பட்டு மாபெரும் வேலையை முன்னெடுத்துச் செல்வார்.

20

கொமோதோரோ ரிவதாவியாவில் இதற்கு மேல் எதையும் கேட்க இயலவில்லை. அதே சமயம், அங்கிருந்து ஆயிரம் கி.மீ தூரத்திலிருந்த பஹியா பிளாங்காவில் அடுத்த செய்தியைக் கைப்பற்றிவிட்டார்கள்.

“கீழே போய்க்கொண்டிருக்கிறோம். மேகங்களுக்குள் நுழைகிறோம்.”

பின்னர் திரிலிவ் நிலையத்திற்குச் சரியாகப் புரிந்துகொள்ள முடியாத வாசகம் ஒன்று வந்தது. அதில் இரண்டு சொற்கள் மட்டுமே தெளிவாகத் தெரிந்தன.

“எதுவும் தெரியவில்லை...”

சிற்றலைகள் அப்படித்தான். ஓரிடத்தில் கேட்கும். ஓரிடத்தில் கேட்காது. பின்னர் எந்தக் காரணமுமின்றி, எல்லாம் மாறிவிடும். அந்த விமானத்திலுள்ளவர்கள் தரையிலிருப்பவர்களுக்குத் தாங்கள் இருக்கிறோம் என்பதைக் கால–இடப் பரிமாணங்களுக்கப்பால் இருந்து உணர்த்துகின்றனர். வானொலி நிலையங்களில் அவர்கள் சொல்வதை எழுதும்போது அவர்கள் ஏற்கெனவே ஆவி உருவங்களாகிவிட்டனர்.

எரிபொருள் தீர்ந்துவிட்டதா? விமானி கடைசியாக ஒரு முறை முயற்சி செய்து கீழே விழுந்து நொறுங்காமல் தரையிறங்க முயற்சிக்கிறானா?

“அதைக் கேளுங்கள்,” என்று புயேனோசைரிஸிலிருந்து திரிலிவ் நிலையத்திற்கு ஆணை பறந்தது.

கம்பியில்லாத் தந்தி நிலையம் ஒரு சோதனைக் கூடம் போன்றது. நிக்கல் – செப்பு உபகரணங்கள், அழுத்தத்தைக் கணக்கிடும் கருவி, மின் கம்பி வடங்கள் முதலியவை நிறைந்திருக்கும். இரவு சுழற்சியில் வந்த பொறியாளர்கள், வெள்ளைச் சீருடையில், ஒரு சாதாரண சோதனையைப் பார்ப்பதுபோல் கவிழ்ந்துகொண்டிருந்தனர்.

அவர்கள் தங்கள் மெல்லிய விரல்களால் கருவிகளைத் தொட்டு வானத்தில் காந்த மண்டலத்தைத் தேடுகின்றனர் – தங்கச் சுரங்கத்தின் இருப்பிடத்தைத் தேடுபவர்கள்போல்!

"பதில் இல்லையா?"

"இல்லை."

உயிரோடு இருப்பதற்கான அறிகுறியொன்றை அவர்கள் கேட்கக் கூடும். விமானம் விண்மீன்கள் நோக்கிப் போய்க்கொண்டிருந்தால், விமானமெனும் விண்மீனிலிருந்து ஓர் இனிய நாதம் வருவதை அவர்கள் கேட்கக் கூடும்...

இரத்தம் கசிவதுபோல், வினாடிகள் கசிந்துகொண்டிருந்தன. விமானம் பறந்துகொண்டிருக்கிறதா? ஒவ்வொரு வினாடியும் அந்த சாத்தியத்தைத் தவிடுபொடியாக்கிக் கொண்டிருந்தது. காலத்தின் ஓட்டம் அழிவை நோக்கிச் செல்வதுபோல் தெரிகிறது. கருங்கல்லால் கட்டப்பட்ட ஆலயங்கள் இருபது நூற்றாண்டுகளில் கரைந்து பொடிப்பொடியாகி விடுவதில்லை. இங்கு ஒவ்வொரு நொடியும் ஒரு நூற்றாண்டாக மாறி விமானத்தை மிரட்டுகின்றது.

ஒவ்வொரு வினாடியும் ஏதாவதொன்றை இழக்கச் செய்கின்றது.

ஃபபியேனின் குரல், அவன் சிரிப்பு, அவன் புன்னகை இவை அனைத்தையுமே ஒவ்வொரு வினாடியும் இழந்துகொண்டிருக்கிறோம். பூமியில் நிசப்தம் நிலவுகிறது. அதைவிடக் கனமான – ஒரு கடலைவிடக் கனமான – நிசப்தம் விமானத்தை ஆக்கிரமிக்கிறது.

அலுவலர் ஒருவர் சொன்னார்:

"மணி ஒன்று நாற்பது. எரிபொருள் தீரும் நிலைக்கு வந்துவிட்டோம். விமானி மேற்கொண்டு பறப்பது சாத்தியமன்று."

அமைதி ஆட்கொண்டது.

பயணங்களின் முடிவில் ஏற்படுவதுபோல், கசப்பான, உப்புசப்பற்ற வார்த்தைகள் உதடுகளில் உலவத் தொடங்கின. ஏதோ ஒரு விரும்பத்தகாத நிகழ்ச்சி நிகழ்ந்தேறிவிட்டது. அதுபற்றி எதுவும் தெரியவில்லை. இத்தருணத்தில், இங்குக் கிடக்கும் நிக்கல் – செப்பு உபகரணங்களுக்கு மத்தியில், அடித்து நொறுக்கப்பட்டுக் கிடக்கும் ஆலைகளைப் பார்க்கும்போது ஏற்படும் வேதனையைத்தான் உணரமுடிகின்றது. இந்த உபகரணங்களெல்லாம் பயனற்று – தேவையற்று – இடத்துக்குப் பாரமாக மரத்திலிருந்து வெட்டப்பட்ட கிளைகள்போல் கிடக்கின்றன.

இனிமேல் விடியலுக்காகக் காத்திருக்க வேண்டியதுதான்.

இன்னும் சில மணி நேரத்தில், பொழுது விடிந்து அர்ஜெண்டினா முழுதும் ஒளி பரவிவிடும். கடலிலிருந்து மெல்லமெல்ல வலையை இழுப்பதற்குக் கரையில் காத்திருப்பவர்கள்போல் விமான நிலையத்தில் காத்துக்கொண்டிருக்கிறார்கள். வலையில் என்ன இருக்கிறது என்று யாருக்கும் தெரியாது. ரிவியேர் தன் அறையில் சற்று ஓய்வெடுத்தார். பேரிழப்புகளிலிருந்து தெய்வாதீனமாகத் தப்பித்த ஒருவரின் மனநிலையோடு அவர் இருந்தார். உட்பிரதேசத்தில் வெகுதூரம் வரையில் இருந்த அனைத்துக் காவல் நிலையங்களுக்கும் விழிப்போடு இருக்கும்படி செய்தி அனுப்பிவிட்டார். அவரால் இனிமேல் எதுவும் செய்ய இயலாது. காத்துக்கொண்டுதான் இருக்க முடியும்.

ஆனால், இறப்புக்கள் நிகழ்ந்த வீட்டிலும் ஓர் ஒழுங்குமுறை நிலவ வேண்டும்.

ரொபீனோவைச் சைகையால் அழைத்தார்.

"வடக்குப் பிரதேசங்களிலுள்ள எல்லா விமான நிலையங்களுக்கும் தந்தி கொடுக்க வேண்டும். அதில், பெட்டகோனிய மெயில் வந்துசேர அதிக நேரம் பிடிக்கும் என்றும், அதன் காரணமாக, ஐரோப்பிய மெயில் தாமதமாகிவிடாமலிருக்க, அடுத்த ஐரோப்பிய மெயிலோடு அதனை இணைக்கவிருக்கிறோம் என்றும் குறிப்பிட வேண்டும்."

பின்னர் அவர் ஏதோ முக்கியமான ஒன்றை மறந்துவிட்டவர்போல் முன்னால் குனிந்து அதனை நினைவுபடுத்த முயன்றார். ஆ! இதோ ஞாபகம் வந்துவிட்டது.

"ரொபீனோ."

"கூப்பிட்டீர்களா?"

"நீங்கள் ஓர் அறிவிப்பு தயார் செய்ய வேண்டும்: ஆயிரத்துத் தொள்ளாயிரம் சுற்றுக்குமேல் விமானத்தை இயக்குவதற்குத்

தடைசெய்யப்பட்டிருக்கிறதென்று அனைத்து விமானிகளுக்கும் தெரியப்படுத்த வேண்டும். அவர்களெல்லாம் எஞ்சின்களைப் பாழாக்கிக் கொண்டிருக்கிறார்கள்."

"நல்லது, ஐயா."

ரிவியேர் மேலும் கொஞ்சம் குனிகிறார். அவருக்கு இப்போதைய தேவை தனிமைதான்.

"போய்வாருங்கள், நண்பரே," என்று ரொபீனோவிடம் சொன்னார்...

'நண்பரா?' ரொபீனோவுக்குச் சற்றுப் பயம் வந்தது. சோகத்தை எதிர்கொள்ளும்போது அவர் தன்னைச் சமமாகப் பார்த்ததுதான் அதற்குக் காரணம்.

❖

21

ரொபீனோ கவலையோடு அலுவலகங்களைச் சுற்றிவந்தார். விமானத் தள வேலைகள் தற்காலிகமாக முடங்கிவிட்டன. இரண்டு மணிக்குக் கிளம்பவேண்டிய அந்த மெயில் தாமதப்படுத்தப் பட்டுவிட்டது. பொழுது விடிந்ததும்தான் புறப்பட வேண்டியிருக்கும். முகத்தில் களையிழந்த நிலையில் பணியாட்கள் இன்னும் விழித்துக் கொண்டிருந்தார்கள். விழித்துக்கொண்டிருப்பதில் பயனில்லை. வடக்கத்தியப் பாதுகாப்பு நிலையங்களிலிருந்து தொடர்ந்து செய்திகள் வந்தவண்ணம் இருந்தன. "சுத்தமான வானம்", "முழு நிலவு", "காற்று கொஞ்சம்கூட இல்லை" என்றெல்லாம் தெரிவிக்கப் பட்டன. ஆகையால், ஒரு பரிசுத்த இராச்சியம் கண்முன்னே தெரிந்தது. நிலவும் கற்களும் நிறைந்த ஒரு பாலைவனம் காத்துக் கிடந்தது. தலைமைச் செயலர் பரிசீலனை செய்துகொண்டிருந்த கோப்பு ஒன்றை, காரணமெதுவுமன்றி ரொபீனோ புரட்டிப்பார்த்தார். அப்போது அவர் எதிரில் வந்துநின்ற தலைமைச் செயலர், மரியாதை கலந்த இறுமாப்புடன், அதைத் தந்துவிடும்படி கேட்டார். "நான்தான் அந்தக் கோப்புக்குப் பொறுப்பு. உங்களுக்கு வேண்டுமானால் தேவைப்படும்போது..." என்று சொல்வது போலிருந்தது. அவருக்குக் கீழ் வேலை செய்யும் அலுவலர் ஒருவர் அப்படிச் சொன்னது ஆய்வாளராகிய ரொபீனோவுக்கு அதிர்ச்சியைத் தந்தது. ஆயினும், பதில் ஒன்றும் சொல்லாமல் எரிச்சலுடன் கோப்பை அவரிடம் நீட்டினார். தலைமைச் செயலர் கம்பீரமாகச் சென்று தன் நாற்காலியில் அமர்ந்தார். "அவரைக் கடிந்துகொண்டிருக்க வேண்டும்," என்று ரொபீனோ நினைத்தார். பின்னர் நிலைமையைச் சமாளிக்க, அப்போது நடந்துகொண்டிருந்த சோக நாடகத்தை மனதில் நினைத்துக்கொண்டு சற்று தூரம் நடந்தார். அந்த சோக நாடகத்தினால் நிறுவனத்தின் செயல் திட்டம் முறியடிக்கப் பட்டுவிடும். அவருக்கோ அது இரண்டுவிதத்தில் தோல்வியாகும்.

உடனே தன் அறைக்குள் முடங்கிக் கிடக்கும் ரிவியேரின் உருவம் அவர் மனக்கண்ணில் தோன்றியது. தன்னை 'நண்பரே' என்று அவர் அழைத்தது நினைவுக்கு வந்தது. அந்த அளவுக்கு அவர் உடைந்துபோய் இருப்பதையே அது உணர்த்தியது. ரிவியேருக்கு ஆதரவு சொல்வதற்கும், அவரைத் தேற்றுவதற்கும் ரொபீனோ வார்த்தைகளைத் தேடிக் கொண்டிருந்தார். அதுபோன்ற எண்ணம் மிகவும் உயர்வான ஒன்று என்று அவர் எண்ணினார். இலேசாகக் கதவைத் தட்டினார். பதிலில்லை. அந்த மயான அமைதியில், வேகமாகத் தட்ட அவருக்குத் துணிவில்லை. ஆகவே, கதவைத் திறந்துபார்த்தார். அங்கு ரிவியேர் அமர்ந்திருந்தார். ரொபீனோ அவர் அறைக்கு நேரடியாகப் போவது ஏறக்குறைய இதுவே முதல் தடவையாகும். இந்த முறை கொஞ்சம் நட்புரீதியில் போனார். இன்னொரு எண்ணமும் அவர் மனதில் உதித்தது. போர்க்களத்தில் குண்டடிபட்டுக் கிடக்கும் தளபதிக்குத் துணையாகப் போய்நிற்கும் சாதாரண போர்வீரனாக – நாடு கடத்தப்படும் ஒருவருக்கு ஒரு சகோதரனாகத் தன்னை நினைத்துக் கொண்டார். "என்ன நடந்தாலும், நான் உங்களோடு இருப்பேன்," என்று சொல்ல வேண்டுமென்ற எண்ணம் அவரிடம் வந்தது.

ரிவியேர் மௌனமாக, தலைசாய்த்துக்கொண்டு, தன் கைகளையே பார்த்துக்கொண்டிருந்தார். அவரிடம் நேருக்குநேராகப் பேச ரொபீனோவுக்குத் துணிவில்லை. சிங்கம் அடிபட்டுக் கிடந்தது. ஆனால், அடிபட்ட சிங்கம் அச்சத்தை ஏற்படுத்தியது. தன்னுடைய அர்ப்பணிப்பை அதிகப்படியாக வெளிப்படுத்தும் வார்த்தைகளைத் தேடிக்கொண்டிருந்தார். ஒவ்வொரு தடவையும் தலையைத் தூக்கிப் பார்க்கும்போதும் ரிவியேரின் நரைத்த தலை பெரும்பாலும் குனிந்தபடியே இருந்தது. அவர் உதடுகள் ஏதோ ஒரு கசப்பான அனுபவத்தினால் சீலிடப்பட்டதுபோல் இருந்தன. பின்னர் ஒருவாராகப் பேசத்துணிந்தார் ரொபீனோ.

"இயக்குநர் ஐயா …"

ரிவியேர் தலையைத் தூக்கி அவரைப் பார்த்தார். ஏதோ ஓர் ஆழ்ந்த சிந்தனையிலிருந்து வெளிவந்ததால் ரொபீனோவைக் கவனிக்க வில்லை போலும். அவர் எந்த சிந்தனையிலிருந்தார் என்பதும், அவர் மனதில் எந்த வேதனை இருந்தது என்பதும், அவர் என்ன உணர்ந்தார் என்பதும் யாருக்கும் தெரியாது. அவர் பார்வை ரொபீனோமீது திரும்பியதும், அவரை உற்றுப் பார்க்கத் தொடங்கினார். அவரது பார்வையில் ரொபீனோ ஏதோ ஓர் உயிருள்ள ஜடமாகத்தான் தோன்றினார் போலும். ரொபீனோவை ஒருவித சங்கடம் ஆட்கொண்டது. தொடர்ந்து பார்க்கும்போது ரிவியேர் பார்வையில் ஒரு முரண்நகை தோன்றியது. ரொபீனோவின் முகம் சங்கடத்தால் சிவந்து கொண்டிருந்தது. ரிவியேரின் மனதைத் தொடுமளவுக்கு ரொபீனோ தன் நல்லெண்ணத்தை வஞ்சனையின்றி வெளிப்படுத்த வந்திருந்தாலும், ரொபீனோ அவர் கண்ணுக்கு மடைமையின் மறுஉருவமாகத்தான் தோன்றினார்.

பதற்றம் ரொபீனோவை ஆட்கொண்டுவிட்டது. போர்வீரன், தளபதி, குண்டடிபடுதல் ஆகியவையெல்லாம் மறந்துவிட்டன. விளங்காத எண்ணம் ஏதோ ஒன்று அவர் மனதில் ஓடிக்கொண்டிருந்தது. ரிவியேர் அவரைப் பார்த்துக்கொண்டுதான் இருந்தார். உடனே, ரொபீனோ தன்னையும் அறியாமல் தன் நிலையைச் சற்று மாற்றிக்கொண்டு, தன் இடது சட்டைப் பையில் இருந்த கையை வெளியில் எடுத்தார். ரிவியேர் அவரைப் பார்ப்பதை நிறுத்தவில்லை. உடனே ரொபீனோ ஏதோ காரணம் புரியாத சங்கடத்தோடு சொன்னார்:

"உங்கள் ஆணைகளை வாங்க வந்திருக்கிறேன்."

ரிவியேர் தன் கைக்கடிகாரத்தை எடுத்துப் பார்த்துவிட்டு, எதுவும் நடக்காததுபோல், சொன்னார்:

"இப்போது மணி இரண்டாகிறது. அசன்சியோன் மெயில் இரண்டு பத்துக்கு வந்துசேரும். இரண்டே காலுக்கு, ஐரோப்பிய மெயிலைப் புறப்படச் செய்யுங்கள்."

ரொபீனோ, உடனேயே இரவு விமான சேவைகளை ரத்து செய்ய வில்லை என்ற வியப்புக்குரிய செய்தியைப் பரப்ப ஆரம்பித்துவிட்டார். தலைமைச் செயலரைக் கூப்பிட்டு: "அந்தக் கோப்பை நான் சரிபார்க்க வேண்டும்," என்று உத்தரவிட்டார்.

தலைமைச் செயலர் அவரிடம் வந்துநின்றதும், "சற்றுக் காத்திருங்கள்," என்று ரொபீனோ சொன்னார்.

தலைமைச் செயலர் காத்திருந்தார்.

✤

22

அசன்சியோன் மெயில் விமானம் தரை இறங்கப் போவதாக அறிவித்தது. மிகவும் குழப்பமான நேரத்தில்கூட, ரிவியேர் தந்திகளையெல்லாம் விடாமல் பார்த்து அது பிரச்சினை இல்லாமல் வந்துகொண்டிருப்பதை அறிந்திருந் தார். இந்தக் குழப்பமான நேரத்தில் அவர் நம்பிக்கைக்கு அது சாட்சியாகவும் சான்றாகவும் இருந்தது. அவருக்கு வந்த தந்திகளைப் பார்க்கும்போது, அந்தச் சுகமான வான் பயணம் வரவிருக்கும் ஆயிரமாயிரம் வான் பயணங்களுக்குக் கட்டியம் கூறியது. ரிவியேர் நினைத்தார்: "எல்லா இரவுகளிலும் புயல் அடிக்கப்போவதில்லை... பறப்பதற்கு நிலையான வான் தடம் ஒன்றை நிறுவ முடிந்துவிட்டால், பின்பு இரவு விமான சேவையை நிறுத்திவிடுவதில் அர்த்தமில்லை."

அசன்சியோன் மெயில் விமானம் வந்துகொண்டிருந்தது. அழகான பூந்தோட்டம், அதிக உயரமற்ற வீடுகள், மெல்ல ஊர்ந்து செல்லும் நதிகள் ஆகியவற்றைக் கடந்து, அதுபோல் ஒவ்வொரு விமான நிலையத்தையும் கடந்து வந்துகொண் டிருந்தது. புயலால் ஒரு விண்மீனும் மறைக்கப்படவில்லை. புயலின் விளிம்பில்தான் விமானம் பறந்துகொண்டிருந்தது. அதில் ஒன்பது பிரயாணிகள் போர்வையைப் போர்த்திக் கொண்டு, சன்னல் வழியே தெரிந்த காட்சிகளை ரசித்துக் கொண்டிருந்தனர். அர்ஜெண்டினா ஒரு நகைக் கடைபோல் இருந்தது. கீழே சிற்றூர்களின் விளக்குகள் பொன்போல் சிதறிக் கிடந்தன. வானில் விண்மீன்கள் அவற்றைவிடப் பிரகாசமாக ஒளி வீசிக்கொண்டிருந்தன. விமானத்தை இயக்கிய விமானி தன் பொறுப்பில் விடப்பட்ட மனித உயிர்களை ஆட்டிடையன் ஒருவனின் பொறுப்பில் விடப்பட்ட ஆடுகளைப் பாதுகாப்பதுபோல், பத்திரமாகக் கொண்டுசேர்ப்பதில் கவனமாக இருந்தான். நிலவொளி நிறைந்த கண்களை அகலமாக விரித்துவைத்திருந்தான்.

தூரத்தில் புயேனோஸைரிஸ் தன் ரோஜாநிற வெளிச்சத்தைப் பரப்பிக் கொண்டிருந்தது. அது வெகு விரைவிலேயே வைரம், வைடூரியம் போன்ற அதன் விளக்குகளால் வரவேற்கும். ஒரு 'சொனாட்டா' இசையின் கடைசிக் குறிப்புகளைப் போல், தொலைத்தொடர்புப் பொறியாளன் தன் கடைசித் தந்திகளை அனுப்பிக்கொண்டிருந்தான். அதன் இசையை ரிவியேர் புரிந்துகொள்ளட்டும் என்று விட்டுவிட்டு, அவன் ஒலிவாங்கியை ஏற்றினான். சற்றுச் சோம்பல் முறித்தான். கொட்டாவி விட்டான். அவன் முகத்தில் ஒரு புன்னகை தவழ்ந்தது. ஒருவாறாக வந்துசேர்ந்தாகிவிட்டது.

தரையிறங்கிய விமானி ஐரோப்பிய மெயிலின் விமானியைப் பார்த்தான். ஐரோப்பிய மெயிலின் விமானி கைகளை பேண்ட் பாக்கட்டில் வைத்தபடி தன் விமானத்தின்மீது சாய்ந்துகொண்டிருந்தான்.

"நீதான் தொடரப்போகிறாயா?"

"ஆமாம்."

"பெட்டகோனியா விமானம் வந்துவிட்டதா?"

"அதற்காகக் காத்திருக்கவில்லை. அது மறைந்துவிட்டதாம்... சரி, வானிலை எப்படி இருக்கிறது?

"மிகவும் நன்றாகத்தான் இருக்கிறது... ஃபபியேன் மறைந்துவிட்டானா?"

அதுபற்றி அவர்கள் அதிகமாகப் பேசவில்லை. அவர்களிடையே பரஸ்பர சகோதரத்துவம் நிறைந்திருந்ததால், சொற்கள் அவர்கள் வாயிலிருந்து வரவில்லை.

அசன்சியோன் மெயிலிலிருந்து ஐரோப்பிய மெயிலுக்குச் சாக்கு மூட்டைகளை ஏற்றினர். அதன் விமானி ஆடாமல் அசையாமல், பிடரியை இருக்கையில் பதித்து, தலையைச் சாய்த்தபடி விண்மீன்களை நோட்டம் விட்டுக்கொண்டிருந்தான். அவனுள் ஒரு பிரமாண்டமான ஆற்றலும், மிகப்பெரிய மகிழ்ச்சியும் துளிர்விட்டன.

"ஏற்றியாகிவிட்டதா?" ஒரு குரல் கேட்டது. "அப்படியென்றால், தொடர்பை ஏற்படுத்தலாம்."

விமானி அசையவில்லை. அவனுடைய எஞ்சினை ஓடவிடுகின்றனர். அவன் தோள் வலிமையில்தான் இனிமேல் அந்த விமானம் இயங்கப் போகின்றது. விமானிக்குத் தெம்பு அதிகரித்தது. புறப்படுமா, புறப்படாதா என்ற வீண் பேச்சுகளுக்கிடையே, நிச்சயமான செய்தி வந்துவிட்டது. பாதி திறந்திருந்த வாயில் நிலவொளி பட்டு அவன் பற்கள் பளிச்சிட்டன – ஒரு காட்டு விலங்கின் பற்களைப்போல!

"இரவு நேரம், கவனம் தேவை!" சக ஊழியனொருவன் சொன்னான்.

அவன் அதனைக் கேட்டுக்கொள்ளவில்லை. கைகளைப் பாக்கெட்டில் விட்டுக்கொண்டும், தலையைப் பின்புறம் சாய்த்துக்கொண்டும்,

எதிர் கொள்ளப் போகும் மேகங்களையும் நதிகளையும் கடல்களையும் நோக்கி மௌனமாகச் சிரித்தான். மெல்லிய சிரிப்பு, ஆனால், மரமொன்றில் வீசும் தென்றல்போல் அவனுள்ளே புகுந்து அவனிடம் ஒரு சிலிர்ப்பை ஏற்படுத்தியது. மெல்லிய சிரிப்பு, ஆனால், அது மேகங்கள், மலைகள், நதிகள், கடல்கள் ஆகிய அனைத்தையும்விட ஆற்றல் மிகுந்தது.

"எதற்கு இன்னும் காத்திருக்கிறாய்?"

"முட்டாள்தனமாக, ரிவியேர் இன்னும்... நான் பயப்படுகிறேன் என்று நினைக்கிறார்."

✣

23

இன்னும் ஒரு நிமிடத்தில் அவன் புயேனோசைரிஸைத் தாண்டிப் போய்விடுவான். தன் போராட்டத்தை மீண்டும் தொடங்கிவிட்ட ரிவியேர் அவன் விமான ஒலியைக் கேட்கும் ஆவலில் துடித்துக்கொண்டிருந்தார். வானில் ஓர் இராணுவப் படை கம்பீரமாக நடைபோட்டுச் செல்வதைப் போல், அவ்விமானத்தின் ஒலி பிறந்து, கர்ச்சித்து, மறைவதை அவர் காதில் கேட்டாக வேண்டும்.

ரிவியேர் கைகளைக் கட்டிக்கொண்டு செயலர்களிடையே நடந்துபோய் ஒரு சன்னலருகே நிற்கிறார். காதுகொடுத்துக் கேட்டுக்கொண்டே சிந்திக்கிறார்.

ஒரு விமானம் புறப்படுவதை நிறுத்தினாலும், இரவு விமான சேவைக்காக அவர் நடத்தும் போராட்டம் தோற்று விடும். பலவீனமானவர்கள் நாளையே அவர் செய்கையை ஏற்றுக்கொள்ளாமல் போகலாம். அவர்களின் எதிர்ப்பு வருவதற்கு முன்னரே, ரிவியேர் இன்னொரு விமானத்தை இரவில் இயங்கச் செய்துவிட்டார்.

வெற்றி... தோல்வி... இச்சொற்களுக்குப் பொருளொன்று மில்லை. வாழ்க்கை இந்தப் பிம்பங்களுக்குக் கீழ் இயங்கி, புதிய பிம்பங்களைத் தயாரிக்கின்றது. வெற்றி ஒன்று மக்களைப் பலவீனப்படுத்தலாம். தோல்வியொன்று இன்னொரு வெற்றியை நிர்ணயிக்கலாம். ரிவியேரின் தோல்வி வேறொரு உண்மையான வெற்றிக்கு அச்சாரமாக இருக்கக்கூடும். ஆகவே, நடக்கும் நிகழ்வுதான் முக்கியமானதாகும்.

இன்னும் ஐந்து நிமிடத்தில், தந்தி மூலம் விமான நிலையங்களுக்கு அறிவிப்பு விடப்படும். பதினையாயிரம்

கி.மீ தூரம் வரை நிலவப்போகும் உயிர்த் துடிப்புகள் அனைத்துப் பிரச்சினைகளையும் தீர்த்துவைத்துவிடும்.

விமானமொன்று அவருக்குத் தேவாலய இசையை எழுப்பத் தொடங்க ஆரம்பித்துவிட்டது.

ரிவியேர் தன் வேலையைத் தொடர அலுவலகத்துக்குத் திரும்புகிறார். அவருடைய கடுமையான பார்வை செயலர்களைத் தலை குனிய வைக்கிறது. அவர் மாபெரும் வெற்றியைச் சுமந்துசெல்லும் மாட்சிமை பொருந்தியவர். உண்மையான வெற்றி வீரர்.

❖